Stealing You Softly

By

Sham M. Villaflores

Editor

Sham M. Villaflores

Cover Design/Layout/Sketch/Graphic Artist

Sham M. Villaflores

ACKNOWLEDGEMENTS

I wanted to give my utmost thanks to Almighty God. My talent in creative writing is a gift from Him so this book would not be possible without Him.

To Ally Mcbeals quote, that serve as an inspiration to come up with the concept of this story.

To the song lyrics of Bakit Ka Iiyak by Jeremih and Baliw Na Puso by Jessa Zaragosa that added impact to the dramatic scenes.

To Jessica E. Larsen for answering all my questions about creating paperback. She's very willing to help maybe because she's also an indie author.

To my family, friends, fellow authors, silent readers who keeps believing and supporting me,

THANK YOU ALL

:)

DEDICATIONS

I'm dedicating this book sa taong sobrang hinihintay talaga itong matapos, walang iba kundi kay **Romelyn Suarez**. Nabasa kasi niya ang first two chapters nito sa wattpad noong 2016 at na-hook siya. Sobrang tagal niyang naghintay at mabuti natapos ko haha. Sana magustuhan niya ng buo.

Sa first ever reader and supporter ko, si buloy **Julie Ann Gamboa** na nagsabi na marami akong papataubin na writer hahahaha. Sa papel pa lang niya nababasa ang mga sulat ko noon pero todo suporta na siya.

Kay sis **Mhericon Jean Lorenzo** na nagtulak sa'kin sa mga writing competition na naging dahilan para bumangon ulit ang hilig ko sa pagsusulat. Kay **Atela Glys Bayud** na nagtulak sa'kin maging indie author. Siya ang nagsabi sa'kin about sa e-book self-publishing.

Sa mga taong sumusuporta sa journey na ito ng buhay ko **Karen Semira, Cerol Tugnao, Regine Amador, Beverly Solomon, Mary Jane Castillo, Mia Gloria, Karen Leigh Tiu, Jane Diaz at PNA**. Sila kasi ang madalas kong makausap about sa mga plano ko sa writng career ko.

Sa mga taong bumili ng e-books ko sa amazon, kilala ko man o hindi. Kung gusto n'yo magpa-dedicate sabihin n'yo lang.

Sa mga taong bibili nito dahil nagustuhan nila ang cover, ang teaser pala hahahaha.

Sa mga taong alipin ng unrequited love kahit hindi sa bestfriend.

Last but not the least to **MY FAMILY** na hinahayaan akong gawin ang gusto kong gawin and for always being there no matter what happens.

AUTHOR'S NOTE

Ang Stealing You Softly ay pangalawa sa solo novel o hindi series na isinulat ko. Ang una ay ang Manipulated Love Affair.

Sabi ko nga sa aknowledgement ko, ang quote ni Ally Mcbeal ang nag-inspire sa'kin para isulat ito. Sobrang nahirapan ako kung paano ko i-execute ang kwentong ito na hindi magiging negatibo ang impact kasi tungkol sa pang-aagaw. Sobrang natuwa ako na ang pang-aagaw ay napalabas ko na positobo.

Sa lahat ng isinulat ko, ito na yata ang pinaka-maraming kilig moments at talagang nag-focus lang ako sa pakilig. Medyo natagalan akong tapusin ito dahil ang hirap pahabain kapag wala masyadong conflict. Marami rin na flashback scene para suportahan ang kwento.

Never pa akong na-inlove sa bestfriend dahil babae ang mga close friends ko pero ginamit ko na lang dito 'yong feelings na minamahal mo pa rin ang isang tao kahit alam mong hinding-hindi ka masusuklian na sa sobrang sakit gusto mong makawala.

TEASER

Dakilang martyr! Iyan ang pinaka-angkop na deskripsiyon kung paano magmahal si Hyacinth "Haya" Ortaleza. Kesehodang magkadurug-durog na ang puso niya sa tuwing pinapamukha ng ultimate bestfriend niyang si Sardonyx "Ardon" Castillo ang pagmamahal nito sa girlfriend nitong hindi nag-e-exist!

Well, parte lang iyon ng kanyang pagpapantasya dahil ang totoo ayaw niya lang aminin sa sariling hindi siya ang ka-ibigan nito kundi isa lamang kaibigan. Kaya naman nang makilala niya ang girlfriend nitong si Abegail "Abby" Espijo parang sinampal siya ng katotohanan. Gumuho ang kanyang pantasya at lalong nagkadurug-durog ang dati ng durog na puso.

Pero anong gagawin niya kung mahal na mahal niya talaga ang ultimate bestfriend kahit pa mayroon siyang Light Villafuerte, ang knight in shining armor, masugid na manliligaw at kapwa niya martyr na palaging nakaagapay sa kanya?

Sundin na lang kaya niya ang sinabi ni Ally Mcbeal na "*...The best people are always taken. If you don't steal them you won't have them.*"

CHAPTER 1

Sunud-sunod na message alert tone ang pumukaw sa nahihimbing na si Hyacinth Ortaleza. Nakasandal ang mukha at dalawang braso sa harap ng computer table, hinagilap nito ang patuloy pa rin sa pagtunog na cellphone na hindi man lang inaangat ang mukha. Namimigat pa rin kasi ang mata nito at halos ayaw dumilat. Nang makapa ay agad iyong dinampot.

Humihikab na in-i-unan ang ulo sa kaliwang braso habang ang kanan ay hawak ang nasabing device. Sa ganoong posisyon niya binabasa ang mahigit sa dalawampung mensaheng nasa inbox niya. Napapangiti at tumataba ang puso niya sapagkat ang laman ng mga mensaheng iyon ay pawang nakaka-touch na birthday greetings mula sa malalapit na kaibigan at kapamilya.

Ngunit unti-unti ring nawawala ang ngiti sa labi niya sapagkat nang pasadahan niya ang ilang mensaheng hindi pa nabubuksan ay hindi niya nasilayan ang pangalan ng inaasahang unang babati sa kanya.

Ang ultimate bestfriend niyang si Sardonyx Castillo o mas kilala sa pangalang Ardon, ang lalaking lihim na minamahal. Ang dahilan kaya binansagan siya ng mga kaibigang certified masukista, martyr at tonta. Bagay nga sa kanya ang tatlong salitang iyon.

She sighed.

Asa ka pa! Maaalala ka lang n'on 'pag di niya kasama ang Abbygot na iyon!

Tinutukoy niya ang matagal nang karelasyon ni Ardon. Si Abegail Espijo o Abbygot kung bansagan niya. Hindi pa niya nakikita o nakikilala ng personal ang huli. Kinatatakutan niyang dumating ang araw na ihaharap ito ni Ardon sa kanya.

Kinukwento pa nga lang nito ang dalaga sobrang pinipiga na ang puso niya paano pa kaya kung harapan nitong sabihing 'This is my one and only Abby, my girlfriend, my life, my everything.'

Ouch! Na-imagine niya kasi. *Damn!* Her imagination hurts her often. Kaya mas gusto niyang matulog o abalahin ang sarili sa maraming bagay kaysa mag-isip.

Matinding selos. Iyon ang nararamdaman niya sa tuwing naiisip niyang magkasama ang dalawa. Paano pa kaya kung personal niyang masaksihan ang pagiging mag-kasintahan ng mga ito?

Hindi pa man din nagiging kanya si Ardon balde-baldeng luha na ang iniluha niya dahil lang sa pagmamahal dito na hindi naman niya ginustong mangyari. Habang sinusubukan niyang makipagrelasyon sa iba lalo lang niyang napapatunayan kung gaano katindi ang pagmamahal niya sa ultimate bestfriend. Hindi magawang nakawin ng mga naka-relasyon ang puso niya na ito lang ang bukod tanging tinatangi.

Binalik niya ang atensyon sa text messages at mayamaya'y abala na ang isip, puso at daliri sa pag-reply. Nang matapos ay nag-inat-inat pa siya. Pansamantalang isinantabi ang cellphone at hinarap naman ang computer. Muli siyang napahikab. Pinasadahan niyang maigi ang pinagkakaabalahang gawin. Balak niya sanang ituloy ngunit sumagi sa balintataw niya ang litanya ni Ardon nang malaman nitong kahit birthday niya ay lulong pa rin siya sa mga raket niya.

"Naturingan kang freelancer hindi mo man lang mabigyan ng day off ang sarili mo. From now on, 'pag birthday mo wala kang ibang gagawin kundi mag-enjoy. Life is too short to waste. Lagi ka na lang nakakulong sa kuwarto kapiling ang computer mo. Explore the REAL world, Haya and mingle. Punta ka sa mataong lugar at manghila ka ng lalaki. Sabihin mo birthday mo. You are single and available. Let's go and multiply..."

Napapangiti at napapailing siya sa naalala. Likas na maloko at palabiro si Ardon kaya kahit seryosong bagay hinahaluan nito ng kalokohan tulad ng huling linya sa litanya nito.

Magaan ang loob na pinatay niya ang computer at umahon sa kinauupuan. Nagpasya siyang maligo pero kahit sa paliligo ito pa rin ang nasa isipan niya. Kahit paulit-ulit niyang kinikilkil sa utak na magmove-on na dahil hanggang doon na lang talaga sila ayaw naman makisama ng pasaway niyang puso! Kung bakit ba kasi hindi siya pinalaking masama at makasarili eh kung gugustuhin niya lang sirain ang relasyon nito sa Abbygot na iyon magagawa niya! Iyon ay kung sapian siya ni Lucifer!

Bigla siyang nangilabot sa naisip. Hawak ang tabo ay pinagsalikop pa niya ang dalawang kamay at bahagyang tumingala sa langit.

Naku, Lord, nagbibiro lang po ako. Magpapaka-martyr na lang po ako, Lord. Takot po ako sa bad karma. Iyon lang at pinagpatuloy na ang paliligo.

Napili niyang isuot ang simpleng pantalon at isang seksing pantaas. Too revealing ang white v-neckline sleeveless blouse niya. Hanggang pusod kasi ang v-slit ng damit kung kaya nakakaasiwang tingnan. Wala siyang magagawa iyon ang nahugot niya sa closet. Parte kasi ng kalokohan niya 'pag birthday na kung ano ang mahugot sa closet iyon ang dapat isuot sa araw na iyon. Hindi siya sanay magpakita ng laman kaya naman napag-desisyunan niyang patungan iyon ng jacket.

Excited at maaliwalas ang mukha niya habang patungo sa pinto palabas ng kanyang maliit na tirahan. Angkop lang para sa solong tao. Pagbukas niya ng pinto ay nagulat siya sa nabuglawan. Si Ardon! Bahagyang nakaangat ang kamay na tila kakatok. Nang masilayan siya ay kusa nang bumaba ang kamay nito at matamis na ngumiti. Sa halip na ngitian ito pabalik tumalikod siya bigla. Nag-aalala kasi siya sa kanyang suot. Dali-dali niyang binutones ang suot na jacket. Wala siyang tinirang nakabukas. Maaliwalas na ang mukha niya nang harapin ito at pilyo naman itong nakangiti.

"Kala mo hindi ko nakita?" pilyong anito at awtomatikong tinignan ang tinutukoy. "Ako pa! Mabilis ang mata ko pagdating sa mga ganoon," makahulugan itong tumitig sa kanya.

Kung hindi niya lang ito kilalang-kilala iisipin niyang nilalandi siya nito pero masaya lang talaga ito 'pag pinag-ti-tripan siya. "Sira!" bahagya niya itong tinampal sa pisngi. Narinig niya pa ang tila musika sa kanyang pandinig na halakhak nito. "Ano'ng ginagawa mo rito?" usisa niya habang kinakandado ang pinto.

"Sinusundo ka. May pinahanda akong simpleng salu-salo sa Heileighcinth Café & Resto."

Doon naman talaga ang punta niya. Ang tinukoy nito ay pag-aari niya at ng dalawang kaibigang sina Heide at Leigh. Halata namang kinuha sa mga pangalan nila ang pangalan ng cafe & resto.

"Kayo na?" siko ni Heidi sa kanya. Inginuso pa nito si Ardon na ngayon ay nakaumpok sa isang grupo ng mga kalalakihan at kababaihang nasa pang-maramihang mesa. Mga kaklase nila ni Ardon noong high school.

"Mukha bang kami?" pa-sarkastikong balik tanong niya sabay simangot. "Hindi na ako umaasa. Masaya na ako sa sitwasyon namin."

4

"Sitwasyong ano? Magkaibigan na daig pa ang mag-boyfriend kung magharutan at magsabihan ng mga buhay-buhay?"

"Ang dami-dami mo pang sinabi eh iisa lang ang kahulugan n'on, mag-bestfriend," singit ni Leigh sa usapan. "In fairness ha, lovable naman talaga si Ardon. Kakaiba iyong charm niya kaso parang hindi mo makakausap ng matino," dugtong nito sabay tawa.

"Plus natural ang pagiging malandi," ani Heidi sabay nguso sa kinaroroonan ng tinutukoy. Nakita niyang nakikipagtawanan ito sa mga kababaihan sa kabilang mesa. Mukhang enjoy na enjoy. "Kaya hindi ako naniniwala na isa lang ang girlfriend niyan."

"Friendly lang talaga siya," pagtatanggol niya kay Ardon. "Kung mayroon pa siyang iba nakakatiyak akong si Abby ang seryoso niya. Sa tuwing nagkakasira sila hindi mo makikita ang tipikal na Ardon. Seryoso, miserable at desidido makipag-ayos kaya nga hindi nakapagtatakang nagbabati rin sila agad pagkatapos mag-away."

"Eh saksakan ka pala ng shunga! Alam mo na pala ang mga 'facts' na 'yan hindi ka pa mag-move on diyan. Ang dami-dami pang lalaki, Haya." Si Heidi iyon.

"In fairness, ang martyr mo girl," saad naman ni Leigh.

"Ano'ng magagawa ko eh mahal ko iyong tao."

"Sabagay, hindi talaga mapipigilan ang puso," sang-ayon ni Heidi. "Ang alam ko may dini-date kang bago ngayon eh. Musta naman?" pag-iiba nito sa usapan.

Pilyo siyang ngumiti. "Secret."

"Pero kay Ardon very open. Hmp!" Nagtatampong ismid ni Heidi.

"Kapag nasundan pa ulit 'yong date namin, promise, magkukwento ako."

Nagpasya siyang makiumpok sa mga kaklase.

"Salamat, nakarating kayo," nakangiting bati niya.

"Pwede ba namang hindi eh 30th birthday mo 'to," sabi ng isa.

"Ipagsigawan ba," nakasimangot na aniya.

"'Wag kang mag-alala 'te mas mukha ka namang bagets ngayon kumpara no'ng high school tayo," singit ng isang bakla sabay tawa. Tawanan na rin ang lahat. "Teka may balak ba kayong pakasal nitong si Ardon. Never ata kayong nahiwalay sa isa't isa. Solid!"

Medyo nailang siya sa tinuran ng bakla. "Magkaibigan lang naman kami."

"May magkaibigan bang ganyan? Mag-aminan na nga kayo," singit ng isang lalaki.

"Oo nga Haya, umamin ka na kasi," rinig niyang ani Ardon mula sa likuran. Umakbay pa ito sa kanya. Lumakas tuloy ang tibok ng puso niya.

"Sweeeeeeet!" kinikilig na turan ng ibang kababaihan.

Nailang siya kaya pinalis niya ang kamay ni Ardon. "Tumigil nga kayo. Palagi n'yo na lang kaming pinapares eh ilang beses na naming sinabing magkaibigan lang kami at saka may long time girlfriend 'tong si Ardon."

"Eh ikaw bakit wala?"

Saglit siyang nanahimik.

"Wala kasing nakakatagal dito kay Haya, ako lang." Nagtawanan ang lahat kasama si Ardon.

"Huwag n'yo nga akong pag-trip-an. Birthday ko ngayon. Ibalato n'yo naman sa 'kin 'tong araw ko," nanunulis ang ngusong aniya. Lalong nagtawanan ang grupo.

"Ikaw kasi ang pinakamasarap asarin sa grupo kasi ang bilis mo mapikon," anang isa. Sumang-ayon naman ang lahat. "Pero 'yong totoo, ang tatanda n'yo na. Lahat kami may asawa't mga anak na. Huling huli na kayo sa karera ng pag-pa-pamilya."

Kapwa sila nanahimik ni Ardon. Pinalungkot siya ng reyalidad sa narinig pero to the rescue 'tong si Ardon. Muli siyang inakbayan.

"Hindi naman namin kailangang makipag-karerahan sa inyo. Sobrang enjoy pa namin ni Haya ang pagiging single, 'di ba?" Tinitigan at nginitian siya nito na parang sinasabing 'wag mo na lang silang pansinin.

"Concern lang kami rito kay Haya kasi mukhang hindi man lang nakikipag-date. Paano makakahanap ng forever 'yan kung palaging ikaw ang kasama."

"Maraming d-in-e-date 'to si Haya. Lately nga halos hindi na kami nagkikita nito mukhang may nililihim na nga eh," makahulugang tingin nito sa kanya. Hindi niya maarok kung akting lang 'yon o totoo. Umiwas siya ng tingin at hinarap ang grupo.

"Nakikipag-date naman ako. Sa ngayon kasi bilang sabi n'yo nga matanda na siyempre namimili na rin ako. Gusto ko 'yong talagang masasabi kong pwede nang pang-forever."

Napatangu-tango lang ang mga ito samantalang si Ardon nang-aarok ang tingin at para makaiwas ay saglit siyang nagpaalam para pumunta sa banyo.

7

Magtatakip-silim na nang ihatid siya ni Ardon sa tapat ng bahay niya. Doon lang din niya natanggap ang regalo nitong nakabalot pa. Manipis lang iyon at tila papel ang nasa loob. Cash o plane ticket lang ang nasa isip niya habang excited niyang tinatanggal ang wrapper. Maluwang pa ang ngiti niya habang sinusuri kung ano ang papel na iyon. Unti-unting nawala ang ngiti sa kanyang labi nang mabasa ang nakasulat doon. Pigil niya ang sariling kuyumosin ang parihabang papel. Tumaas ang kilay niya, kumibot-kibot ang labi pero nanatiling tikom ang bibig pero nanlilisik ang mga tingin.

"Sorpresang-sorpresa ka ba?" Excited na tanong nito dahilan para lahat ng pagpipigil niya ay kumawala.

"Tse!" Tinapal niya sa mukha nito ang parihabang papel saka ito tinalikuran.

"Sandali!" Tawag nito pero hindi niya ito pinansin at patuloy siyang naglakad papasok sa bahay. "Haya naman, 'yan na nga ang pinaka-unique na pwedeng matanggap ng isang tao sa kaarawan niya tapos gaganyanin mo lang." Hindi niya pinansin ang nahimigan niyang tampo sa tinig nito pero muli niya itong hinarap.

"Unique nga 'yan pero Ardon, isa lang naman 'yan sa mga kalokohan mo eh. Trip to Sardonyx Farmville, 'di ba online game lang 'yon?!" Gusto niyang kutusan ang loko pero pinigil niya ang sarili.

"Eh di ba ang Heileighcinth dati sa cafe world lang din. Wala ba akong karapatang gawin ding totoo ang farmville ko?"

"Hindi nga?" Tinapunan niya ito ng nagdududang tingin. "Nakabili ka na ng farm mo?" duda pa ring tanong niya. Alam niyang ultimate dream nito ang magka-farm pero malay ba niyang balak pala nito iyong totohanin.

"Uh-huh."

"At balak mo akong i-tour doon?"

"Uh-huh."

Tinitigan niya ito mata sa mata at inarok kung balak na naman siyang pag-trip-an. Napatili siya nang mapagtantong hindi ito nagbibiro. "Congratulations!" Nayakap niya ito sa sobrang tuwa. Humalakhak naman ito kaya sinaluhan niya ito sa pagtawa. Nang maghiwalay ay excited niya itong kinulit. "Kailan mo ako ito-tour?"

"Ngayon na. Pwede ka?"

"Sure! Let's go!"

Pagpasok na pagpasok sa bahay ay diretso siya sa kwarto para mag-impake. Tatlong araw sila doon iyon ang napag-usapan nila pero parang hindi pangtatlong araw lang ang bitbit niya. Mas mabuti nang may extra kaysa wala.

Sardonyx farmville here I come!!!

CHAPTER 2

Hindi natantiya ni Haya kung gaano kalayo ang binyahe nila dahil nakatulog siya pero nang marating nila ang farm house ay madaling araw na. Bagamat madilim, kita ang modern farm house dahil sa liwanag na nagmumula sa loob ng bahay at ilang ilaw sa labas na halatang pinasadya upang magsilbing tanglaw sa bungad. Asensado na talaga itong bestfriend niya. Nakaka-proud. Sinalubong sila ng mga tauhan nito. Mainit ang pagtanggap sa kanila.

Dalawang palapag lang ang bahay. May tatlong kuwarto sa taas at dalawang servant's quarter sa baba malapit sa kitchen area. Moderno ang lahat ng kagamitan. Parang hindi siya umalis sa lungsod. Halatang bagong gawa pa lang ang bahay. Nakakatuwang isiping dinala siya rito ni Ardon. Pakiramdam niya'y napaka-espesyal niya sapagkat binahagi nito ang tagumpay sa kanya.

Nasa tapat na sila ng tutuluyan niyang kwarto.

"Goodnight, Haya. Pahinga ka ng mabuti, bukas mapapasabak ka."

"Goodnight, Ardon. I love this kind of gift. Thanks."

Napahalakhak ito. "Tour lang gift ko sa'yo hindi itong farmville mismo kaya 'wag kang um-emote diyan. Pero may isa pa akong gift bukas siguradong ikakatuwa mo."

OMG! Sobra sobra naman ata ito para sa kaarawan niya. Sana birthday na lang niya palagi! Kilig much.

Masayang-masaya at parang dinuduyan sa alapaap na nag-ayos siya ng gamit. Saka lang niya pinansin ang cellphone. Ang daming text messages at may missed calls galing sa d-in-i-date na si Light Villuafuerte. Nakilala niya ito sa bakasyon one year ago. Puro birthday greetings pa rin ang laman ng mga text messages pero ang text message mula kay Light ang una niyang binasa.

I saw u with him. I know how happy u were right now but I hope my greetings will add happiness to u. HAPPY BIRTHDAY my lovely flower Hyacinth.

Napangiti siya. Light is really sweet. Masuwerte siya dahil nahumaling ito sa kanya pero hindi niya magawang ipaling dito ang pagtingin kahit ilang beses na silang lumabas. Aaminin niyang sumasaya siya pag lumalabas sila pero mas matimbang ang sayang nararamdaman niya 'pag si Ardon ang kasama niya.

Thank u my knight in shining armor. Iyon ang reply niya with smiley sa dulo.

Sa bawat yugto ng buhay ng isang tao maraming dumarating at nawawala pero mayroon at mayroon kang isa o dalawang taong pahahalagahan at iingatan. Sa buhay niya, si Light ay tinuturing niyang rare treasure dahil kahit ilang beses na niyang pinamukha rito na in-love siya sa iba ay matiyaga pa rin itong nakaagapay at naghihintay na mahalin niya. Kung wala si Ardon may pag-asa ito sa kanya.

Kung bakit ba naman kasi ang hirap turuan ng puso niya?!

Minabuti niyang matulog na, siguradong maaga pa sila magto-tour.

11

Tinanghali na siya ng gising kaya nagmadali siyang naligo at nag-ayos ng sarili. Hindi siya palaayos pero kapag nakakasama niya si Ardon ay na-i-inspired siya kaya heto siya ngayon effort sa pagbo-blower ng hair. Sunscreen foundation ang ginamit niya dahil siguradong mabibilad sila sa araw mamaya. Konting mascara, kaunting blush on at kaunting lipstick. Simply perfect! Maong short at hanging blouse ang naisipan niyang isuot. Iyong tipong kaunting angat lang ng kamay niya makikita na ang flat niyang tiyan. Pagkakataon niya nang mapansin ni Ardon kaya hindi niya aaksayahin. Masayang-masaya siyang pumanaog at dumiretso sa kusina pero biglang nawala ang ngiti sa labi niya sa nadatnang eksena. Si Ardon, nakayakap ang mga braso sa beywang ng naglulutong babae.

"Ardon, wag ka nga diyan hindi ako makapag-concentrate." Bagamat sinasaway ito ng babae ay malambing naman ang himig nito.

"Dapat kasing sarap mo 'yan ha," mahina at malambing na tugon ni Ardon.

"Oo naman. Ayoko yatang mapahiya sa bestfriend mo."

So it's Abby. Ang kasintahang madalas magpa-iyak kay Ardon na sa sobrang selos ay binansagan niyang Abbygot. Parang gumuho ang mundo ni Haya ng mga oras na iyon. Gusto niyang tumakbo palayo at mag-iiyak sa isang sulok pero kahit paggalaw sa kinatatayuan ay hindi niya magawa. Rinig niya ang hagikhikan ng dalawa pero parang wala siyang makita. Nakagat niya ang pang-ibabang labi upang pigilan ang sariling mapaluha.

"Haya! Glad your awake." Sa wakas ay napansin na ni Ardon ang presensiya niya. Iniwan nito pansamantala ang kasintahan para lapitan siya. "Meet my girlfriend, Abegail Espijo. She's one of my gift to you." Parang tinarakan ng punyal ang dibdib niya. "Hey, napipi ka na diyan. Sorpresang-sorpresa ka, 'no? Lagi mo na lang kasi akong sinasabihan na imbento ko lang si Abby kasi hindi ko naman mapakilala sa 'yo kaya ayan na siya. Pwede mong kurotin para mapatunayan mong totoo." Kindat pa nito.

"You are so silly, Ardon." Si Abby iyon. Tapos na ang niluluto nito kaya hinain na nito iyon sa mesa saka siya hinarap. "Nice meeting you, Haya." Nakikipagkamay pa

ito.

Lalo lang niyang gustong umiyak. Ang ganda kasi ng babaeng nasa harapan niya. Talong-talo ang beauty niya. Pinilit niyang ngumiti ng matamis at nakipagkamay rito. "Haha ang saya ko! Nakilala na kita sa wakas." Muntik na siyang pumiyok sa dulo. Ang hirap mag-panggap. Ang sakit sa dibdib. Gusto niyang ilabas pero bawal.

Nang ayain siya nitong kumain ay hindi na siya nakatanggi. Magkatabi ang dalawa at kaharap niya ang mga ito kaya lalong kinukurot ang puso niya sa nasasaksihan.

"Ang tahimik mo pala sa personal," komento ni Abby.

"Haya, be yourself. Huwag ka nang magpa-demure diyan. Come on speak up," ani Ardon.

Napahigpit ang hawak niya sa kubyertos saka humugot ng lakas ng loob para maging jolly. "Hahahaha! Ikaw naman Ardon kumakain kaya tayo mahirap dumada habang ngumunguya, 'no!"

"May punto si Haya, sweety."

Ngiting aso lang ang naging tugon ni Haya. Nagpanting kasi ang tenga niya sa endearment ng dalaga. Napabuntong-hininga siya. Kahit anong gawin niya wala siyang karapatang magalit kung maglambingan man ang dalawa.

Panaka-naka lang silang nagkukwentuhan hanggang sa matapos nila ang pagkain at nagpasyang libutin na ang farm. Nakabawas sa bigat ng dibdib ang sariwang hangin sa labas. Kung siya lang ang masusunod gusto na niyang lisanin ang lugar dahil kanina pa tinatarakan ng punyal ang puso niya sa nasasaksihang paglalambingan ng dalawa. Bagamat hindi hinahayaan ni Ardon na ma-OP siya, ramdam pa rin niya ang pagiging sabit sa lakad na ito.

Hindi niya alam kung ilang hektarya ang lupaing ito pero ang lawak nito ay sapat na para tawaging farmville. Malamang inubos lahat ni Ardon ang ipon nito mula sa sahod at sa ilang taon nitong pagiging Engineer sa isang malaki at sikat na Real Estate Company sa bansa. Halos kumpleto ang farm na iyon; may palayan, poultry, piggery, mga gulay at ilang uri ng prutas. Panandalian niyang nakalimutan ang sakit sa dibdib sapagkat muling umahon ang matinding paghanga sa bestfriend. Kung titingnan parang hindi mo seseryosohin ang tulad ni Ardon pagdating sa mga responsibilidad tulad ng ganito pero heto at pinapakita nitong hindi lang ito puro kalokohan. Napaka-suwerte ni Abby. Muli ay naramdaman na naman niya ang pamimigat ng dibdib.

"Haya dali! Magharvest ka para sa Heileighcinth." Tawag nito mula sa 'di kalayuan. Naroon ito sa mga gulayan kaya agad siyang lumapit.

"Naku hindi kaya malugi ka niyan."

"Haha ngayon lang ito. Take what you can take home. Malakas ang loob kong alukin ka dahil alam kong kaunti lang ang makukuha mo. Tamad mo kayang magbitbit."

Sa kabilang banda tama ito. Nanguha siya ng sibuyas, bawang, sili at kamatis pero hindi iyon para sa Heileighcinth kundi para sa bahay niya. "Marami-rami na itong stock para sa bahay." Iyong ngiti niya eh parang nakaisa.

"Kuripot mo talaga. Bigyan mo naman sina Leigh at Heidi."

"Bago ako umuwi pagsungkit mo ako ng mangga. Iyon na lang pasalubong ko."

"Makautos wagas! Nanghihingi na nga lang." Napailing-iling na anito.

Narinig nila ang naaaliw na pagtawa ni Abby kaya sabay silang napatingin dito. Muntik na niyang makalimutang may Abbygot nga pala silang kasama.

"Ang cute n'yong dalawa. I wish I could have a guy bestfriend too. How does it feels like kaya?"

Masarap na masakit. Iyon naman talaga ang nararamdaman ni Haya.

"Ako lang ang pwede mong maging bestfriend and boyfriend at the same time, Abby. Si Haya kasi rare case, ako lang nakakatagal na lalaki diyan unlike you walang lalaki ang hindi makakatagal," ani Ardon sabay kindat.

Parang pasabog sa pandinig ni Haya ang mga katagang iyon ni Ardon. *Ano ba'ng tingin sa kanya ni Ardon, hindi kaibig-ibig? Ang sakit!* Sa sobrang sakit ay marahas niyang pinasa sa binata ang basket at mabilis siyang tumakbo palayo.

"Haya! It's only a joke!" tawag nito ngunit hindi siya lumingon o huminto man lang sapagkat sa pagkakataong ito'y hindi na niya nagawang pigilan ang pagragasa ng masasaganang luha sa pisngi niya. Lakad takbo ang ginawa niya hanggang sa makalabas siya ng villa. Agad siyang pumara ng trycicle at nagpahatid sa pinakamalapit na videoke bar. Lahat na ata ng pangbroken-hearted na kanta ay sinama niya sa list. Sinolo niya ang videoke machine. Nagpakalunod siya sa sakit na nararamdaman sa pamamagitan ng pag-awit.

"Batid naman ng puso kong meron ka ng iba. Heto ako't naghihintay pa rin sa'yo sinta. Sadya kayang walang katulad mo. Bakit nga ba? Hanggang ngayon mahal pa rin kita..."

Ang Baliw Na Puso na inawit ni Jessa Zaragosa. Sigurado si Light na si Haya ang nagmamay-ari ng nagpipighating boses na iyon. Habang binabagtas ang papasok ng videoke bar ay hinahagilap niya ito gamit ang pandinig dahil medyo matao at madilim sa paligid. May mga mangilan-ngilan ding nagkakantahan at karamihan ay mga lasing na. Maraming nag-uumpokan sa kinaroroonan ng tinig ni Haya kaya dali-dali siyang tumungo roon at hinawi ang mga iyon. Paulit-ulit lang nitong kinakanta ang linyang iyon. Ni hindi ito nakatingin sa videoke machine dahil hindi naman talaga nakasalang ang awit. Umaawit lang ito mag-isa hawak ang mikropono sa paulit-ulit na lyrics.

"Miss, kanina pa ko nalulugi sa'yo. Itulog mo na lang yan sa inyo." Kausap ng marahil may-ari ng bar. Rinig niya ang tawanan ng mga tao.

Imbes na tumigil ay lalo pang nilakasan ng dalaga ang pagkanta sa pasigaw na tono. "Sadya kayang walang katulad mooooooooooo! Bakit nga baaaaaaaaaaaaaaaaa! Hanggang ngayon—" Inagaw niya ang mikropono.

"L-Light!" Pagulat na sambit nito sa pangalan niya. Buti na lang hindi ito umiinom kundi baka higit pa sa ganito ang ginawa ng dalaga.

Dinig niyang naghiyawan ang lahat. Hindi rin nakaligtas sa pandinig niya ang katagang 'nandiyan na ang ex'. Lalo siyang nayamot. Gusto niyang bugbogin ang taong dahilan ng lahat ng ito pero kinalma niya ang sarili. Ginagap niya ang kamay nito at hinila pero pumiksi ito.

"Gusto ko pang kumanta," mahina ang tinig na anito.

"Grabe miss luging-lugi—" Tinapalan niya ng pera ang nguso ng may-ari ng bar.

"Let's get out of here, Hyacinth." Mariing utos niya at tinitigan niya ito ng may awtoridad dahilan para ito na ang humawak sa kamay niya, saka niya ito hinila at sabay nilang hinawi ang mga tao sa daanan. Nang makalabas ng bar ay dumiretso siya sa kotseng nakaparada. Nakapasok na siya sa may driver's seat pero nanatili lang nakatayo ang dalaga, naglalandasan ang masasaganang luha sa pisngi nito. Minadali niya ang paglapit dito saka buong suyo niyang niyakap ng mahigpit.

"L-Light...ang sakit...ang sakit sakit..." Naramdaman niya ang pagyakap nito. Ramdam niya sa daing nito ang mga katagang binitiwan, ang hindi maawat na paghagulhol.

"I will let you mourn but not in this street, Hyacinth so please stop for a while and get inside the car." Pakiusap niya habang hinahaplos-haplos ang likod nito para payapain.

Iginiya niya ito papasok ng sasakyan habang sinusubukan nitong kalmahin ang sarili. Nang mahawakan ang manibela ay agad niyang pinasibad ang sasakyan.

"Saan mo 'ko dadalhin?" usisa nito habang pinapahid ang mga luha. "Saka paano mo nalaman na nandito ako?" pasinghot-singhot na dugtong pa nito.

"Dadalhin kita sa hotel na malapit dito kung saan ako nakacheck-in."

"Ano?!" gulantang na bulalas nito. "Pumapayag ba ko?" kapagdakay anito.

"Do you have a choice?" ganting tanong niya. Hindi ito nakaimik. "I'd been calling you since you texted that you've finally met Abby but you're not answering my call. I'm so worried."

"I'm sorry. I turned my phone into silent mode."

"I'm glad I followed you and Ardon when you're on the way here."

"You're a real stalker, Light but I'm glad that you're here. I have no shoulder to cry on. It's just so sad. It's very painful. I thought singing can ease the pain but..." Muling tumulo ang mga luha sa pisngi ng dalaga. Inabot niya rito ang sariling panyo.

Napabuntong-hininga siya. Malakas ang kutob niyang mangyayari ito kaya nang makita niya ang dalawa sa tapat ng bahay nito ay hindi siya nag-atubiling sumunod lalo pa't kita niyang may bagaheng bitbit ang mga ito.

"I'm about to take you out on a date the night of your birthday but that stupid insensitive man took you here just to break your heart."

"Don't talk to him like that. He is not aware of my feelings..."

Napahigpit ang hawak niya sa manibela. Pinipigilan ang sariling magalit ng todo. "He shouldn't have treating you the way he treats his woman."

"He just couldn't help but to be nice to me. I'm his only bestfriend."

"Man and woman can't be bestfriend, Hyacinth. You

are now here aching heart because you let yourself trap in that situation."

"Oo na! Tanga na ko. It's all my fault! Masaya ka na?"

Nagpakawala siya ng malalim na paghinga. "Kung tanga ka mas tanga ako." Saka siya pumreno. Nasa parking lot na sila ng hotel.

"Sinabi ko bang magpakatanga ka!"

"Hindi kita sinusumbatan. Take this." Inabot niya rito ang isang parihabang keychain na yari sa makapal na plastik. "Find time to read what is engraved on it and remember this moment, Hyacinth. I'm going to steal your heart from that man. Do your best and so am I." Pakasabi niyon ay saka siya bumaba ng sasakyan.

Naiwang nagugulumihanan si Haya. Ngayon niya lang nakitang ganoon kaseryoso si Light at nakaramdam siya ng takot sa mga binitiwan nitong salita. Mayamaya'y binasa niya ang nakaukit doon. ***The best people are always taken. If you don't steal them you won't have them."* -Ally Mcbeal**

Nasapo niya ang dibdib. May kung ano siyang naramdaman sa linyang iyon. Gusto niyang maiyak pero bigla na lang nagbukas ang pinto. Si Light iyon hinihintay siyang lumabas kaya naman agad siyang kumilos. Paglabas na paglabas niya ng sasakyan ay inis niyang iminuwestra ang keychain dito. "Ano ito, tinuturuan mo akong maging mang-aagaw?"

"Aren't you inspired? That's the best gift I can give you. I'm so inspired with that line so I also have one for myself." Iminuwestra din nito ang keychain sa susi ng kotse nito. Kaparehong-kapareho nga ng keychain na kakaabot lang nito sa kanya. So iyon pala ang ibig sabihin ng kataga nitong *"Do your best and so am I"*

"I am not taken, Light and what made you think that I'm one of the best?"

"You are taken for granted, Hyacinth by that stupid insensitive blind man. He might not see you as best but for me you're one of the best Ally Mcbeal is referring to."

Hindi alam ni Haya kung maniniwala siya sa mga kataga ng kaharap pero sapol na sapol niyon ang puso niya. Hindi niya lubusang mapaniwalaang ganoon kaseryoso sa kanya si Light. Ang buong akala niya'y awa lang ang dahilan kaya ganoon na lang ang pagtrato nito sa kanya. Noong mga panahong nagkakilala sila ng binata doon sinubukan niyang takbuhan ang nararamdaman para kay Ardon. Nakilala niya ito para maging karamay sa mga paghihirap ng kalooban niya at magpasa-hanggang ngayon ay patuloy siya nitong dinadamayan. Hindi niya lubusang maisip na mahal talaga siya ng binata dahil ang pakiramdam niya'y napasubo lang itong ligawan siya sa sobrang awa.

"Masaya akong marinig ang mga katagang 'yan, Light. Gusto kong...gusto kong agawin mo ang puso kong tumitibok para kay Ardon." Hindi niya napigilang maluha. "Gusto kong galingan mo. Galingan mo ha. Mangako ka. Aagawin mo ko." Muli siyang napahagulhol at napayakap sa binata. Muli ay naramdaman niya ang ganti nitong yakap at ang mabini nitong paghaplos para payapain ang kalooban niya.

"I'm doing my best and I won't lose, promised."

CHAPTER 3

Nakasalampak sa sahig habang nakasandig ang likod sa paanan ng kama, hawak ni Light ang isang maliit na baso na may lamang alak. Tinungga nito iyon saka bumunot ng malalim na paghinga. Hindi niya mapigilang alalahanin kung paano nabihag ng dalaga ang atensyon niya.

Kapwa sila nasa bakasyon noon. Pasakay ito sa bangka habang siya ay nasa loob na. Agaw eksena kasi ito habang nagpapa-akay sa bangkero kaya hindi niya mapigilang mapatingin sa mga ito. Nakapusod pataas ang medyo alun-alon at mahaba nitong buhok. Nakasuot ng dark sunglasses, may floral na balabal na nakapaikot sa leeg nito. White see-through sleveless ang pantass na damit kaya aninag ang panloob na swim suit at nakamaong short at may mini backpack na nakasukbit sa balikat nito.

"Naku manong alalayan n'yo akong mabuti hindi ako marunong lumangoy. Single pa ho ako at gusto ko pang maranasang mag-asawa at magkaroon ng mga supling."

Hindi niya mapigilang mapangiti. 'Yong ngiting pigil ang matawa.

"Miss, ang babaw niyan malabong malunod ka." *Sagot ng bangkero habang alalay nito ang kamay ng dalaga.*

May punto ang bangkero. Nasa pangpang pa lang sila kung saan nakahimpil ang pampasaherong bangka.

"May nalulunod din sa mababaw, 'no!" ingos nito. Hindi na lang umimik ang bangkero at pinagpatuloy ang pag-alalay. Nang papasok ito sa loob ay sinadya niyang ialok ang kamay para alalayan ito na agad naman nitong hinawakan. Iyon ang pinakaunang sandaling nagkadaupang-

21

palad sila. Saglit lang iyon pero kakaiba ang naging
hatid niyon sa kanya. May naramdaman siyang kung ano na
hindi niya mapakiwari. "Salamat." Matamis pa ang
ngiting anito saka binitawan ang kamay niya nang
makakuha ito ng puwesto. Ilang pagitan lang ang layo
nila sa isa't isa at malaya niya itong napagmamasdan
dahil nakaharap siya rito. Habang bumabiyahe sa gitna
ng payapang dagat ay tahimik din ang lahat. Tanging
makina ng bangka ang naririnig nang biglang...

    "Wow!" galing dito ang tinig. Nakita niyang
iniharap nito ang backpack at kinuha ang isang digicam
mula roon at siyang-siya nitong kinunan ang bawat
madaanang mga isla. Mayamaya'y pinapasadahan na nito
ang mga kinunang larawan. Kita niyang napapabusangot
ito na tila hindi satisfied sa mga nakunan. Mayamaya'y
tumayo ito hawak ang digicam at lumapit sa dulo kung
saan malapit sa pwesto niya. Iniumang nito ang camera
saka tinantiya ang anggulo. "Perfect! Dito na lang muna
ako." Aliw na aliw na anito. Kuha rito. Kuha roon.
Hindi pa ito nagkasya sumampa pa ito sa dulong bahagi
ng bangka. Kanina halos takot itong malunod ngayon
napakatapang o sadyang mas nangingibabaw ang kaaliwan
nito kaysa takot. Bagamat nakahawak ito sa isa mga
nakaposteng kahoy tiyak na konting pagkakamali lang sa
galaw nito hulog ito kaya naman hindi niya napigilang
sawayin ito.

    "Miss, aren't you afriad of drowning?"

    Napalingon ito sa kanya sabay sabi "Ay oo nga!"
Tila bumalik ang takot nito. "Pakihawak nga muna 'to"
Iniabot nito sa kanya ang digicam na agad naman niyang
kinuha para mas lalo nitong maalalayan ang sarili sa
pagbalik sa dating puwesto pero nadulas ito at nawalan
ng balanse. Patalikod itong bumagsak sa dagat kasabay
ang napakatinis nitong tili. Mabilis niyang nilundag
ang dagat para sagipin ito. Kita niya ang pagpipilit
nitong makaahon sa tubig. Lumangoy siya palapit dito at
nagawa niya itong iahon. Paubo-ubo itong nangunyapit sa
balikat niya tapos ay ngumawa. "Gusto ko pang mag-asawa

22

at magka-anak," anito sa pagitan ng pag-ngawa.

"You are safe now. Magkaka-asawa at magkaka-anak ka pa," tudyo niya rito. Pero bigla na lang itong nanahimik.

Nang tulungan silang iahon ng mga bangkero ay nabanaag niya ang lungkot sa ekspresyon ng mukha nito. As if she's in great pain. Pagkatapos ay hindi na niya ito nakitang sumaya hanggang matapos ang island tour.

Sa iisang isla sila nagpababa. Marami ang nagca-camping doon. Ang iba ay nagtatayo pa lang ng sariling tent. Iyon ang balak niya kaya may sarili siyang dalang tent. Sa nakita niyang bitbit nito kanina halatang wala itong balak magpalipas ng gabi roon. Naghanap siya ng magandang puwesto para sa kanyang tent. Nakahanap siya sa bandang dulo. Walang tao.

"Can I join you?"

Gulat na napatingin siya sa gawi ng nagsalita. Halos matatapos na siya sa pagtatayo ng tent nang bigla na lang itong dumating. Wet look na ito. Halatang nakapag-swimming na sa dagat. May katawan naman ito pero hindi nito hinubad ang short at pantaas para malantad ang swimsuit nito.

"Hindi ako TV. Huwag mo 'kong panoorin." Pakasabi niyon ay itinapi nito sa sarili ang floral na balabal.

"Miss, I want to be alone."

"Ako rin naman eh." Naglatag ito ng picnic mat sa buhanginan at umupo roon. Naglabas ito ng notebook at ballpen saka nagsulat. Siya naman ay hinanda na ang ihawan. Hanggang sa pinabayaan na nila ang presensiya ng isa't isa. Nang makaramdam siya ng init dahil sa pag-iihaw ay hinubad niya ang suot na t-shirt kaya nahantad ang matipuno niyang katawan. Hindi nakaligtas sa paningin niyang napaawang ang labi nito sa

23

nakahantad niyang kakisigan. Tapos ay tila naaaliw itong bumalik sa pagsusulat.

"Here, take this." Inabutan niya ito ng hotdog saka umupo sa tabi nito.

"Salamat." Pakakuha nito ng hotdog ay iniwan nito ang pinagkakaabalahan. "Salamat din pala sa pagligtas sa 'kin kanina."

"Not a big deal."

"Sabi mo eh." Sabay kagat sa hotdog. "Ano nga pala pangalan mo?"

"Light."

"Hyacinth."

"Nice name."

"It's a flower but you can call me Haya."

"I prefer Hyacinth. It's pretty and unique."

"Yeah it suits me," she giggled.

"Are you flirting with me?"

"Kung flirting ang tawag dito eh 'di sige," she giggled again and again. Mayamaya'y unti-unting nawala ang tawa nito at biglang sumeryoso. "And now I'm wondering if I really know how to flirt. I'm in love with my bestfriend. The reason why I'm here is to escape for a while." Napangiti siya sa lakas ng loob nitong i-share ang bagay na iyon. "Eh ikaw ano'ng rason bakit gusto mo mapag-isa?"

"I'm lost."

"Brokenhearted woman and a lost man. Parang ang

gandang gawan ng istorya."

"Are you a writer?"

"Kinda. Isa lang yan sa mga raket ko. Raketista ako eh."

Napakunot noo siya. "Raketista?"

"Raket dito. Raket doon. Lahat ng talent at skills pinagkakakitaan. Hindi sinasayang. Raketista eh!"

Napahalakhak siya. "You're a freelancer."

"Pang-sosyal lang yan."

"So ano pa mga raket mo?"

"Marami akong online job kaya madalas ako sa harap ng computer, minsan sa laptop. Minsan web designer, web developer, article writer, novel writer, graphic artist at kung anetch anetch. Businesswoman din pala haha. Nagkataong nakisosyo ako sa cafe & resto ng matatalik kong kaibigan haha."

"And now I'm wondering how rich you are?"

"Rich pag may raket pag wala nganga haha."

"Naranasan mo bang matali sa isang kompanya?"

"Yeap and I never grown. Somehow I felt that I was losing myself so I decided to resign and be a Raketista where I can fully manage my time and skills."

"That's great!"

"E ikaw ano pinagkakaabalahan mo sa buhay?"

"*Kung ang tawag sa paggamit ng talento at skills ay Raketista then we're the same,*" *ngiting aniya na ikinatawa nito.*

"*Silly! Pa-mysterious effect ka pa diyan ha pero like ko 'yan!*"

Marami pa silang napag-kwentuhan and she really find her attractive by being the way she is. She's so genuine from the very beginning kaya naman nang sabihin nitong wala itong balak magpa-gabi roon ay pinigilan niya ito.

"*I'm enjoying your company. Why don't we spend the night together?*" *Nakitaan niya ng pagtutol ang reaksyon nito.*

"*One night stand. Hindi pa ako prepared sa mga ganoon.*"

Napahalakhak siya. "*Not at all. What I only want is to be with you this night. I wanted to know you more to be exact. No sex, only your presence.*"

"*W-Wala kasi akong tent...*"

"*My tent is enough for two.*"

"*Hindi naman ako tanga. Lalaki ka, babae ako. Stranger ka pa. No. No. No.*"

"*I understand. Can I just get your number?*"

"*Why?*" *mahinang tugon nito.*

"*I like you Hyacinth.*" *Napatitig ito sa kanya. Inaarok kung tunay ang sinabi niya.* "*Let me court you.*" *Napanganga ito sa bigla. Nilapitan niya ito lalo saka hinawakan ang mga kamay nito.* "*Let me free you from misery.*"

Tumawa ito ng malakas. "Naniwala ka sa mga sinabi ko? Kwentong nobela lang 'yon. Sige alis na 'ko."

Hindi niya ito hinayaan. Hinila niya ang kamay nito. "You're not a good liar." Umiwas ito ng tingin. "Please let me be part of your life, Hyacinth."

"Naaawa ka lang sa'kin eh." Binawi nito ang kamay mula sa pagkakahawak niya.

"Yes, I pity you but more than that I wanted to see you happy. I want to erase all the pain in your heart. I don't know what my feeling is but right now I'm sure that I wanted to be part of your life. Give me a chance, please."

"Makakatanggi ba ako eh kada tanggi ko may banat ka. Sige na nga." Sinimulan nitong sabihin ang number.

"Thank you. You will never regret this," aniya habang sini-save sa contact list ang numero nito.

Naputol ang pag-aalala niya nang marinig niya ang tunog ng cellphone ng natutulog na dalaga. Kanina sa sobrang pag-e-emote halos balewalain nito ang tawag at mga text ng dahilan ng pagtangis nito. Hindi niya napigilang umahon mula sa kinauupuan at damputin iyon sa ibabaw ng tokador malapit sa ulunan ng kama. Malakas ang loob na sinagot niya ang tawag.

"Haya! For goodness sake! I've been looking for you the whole day. Nasaan ka ba?" anang boses lalaki sa kabilang linya.

"Natutulog siya," lakas loob na sabi niya.

"What the— Sino kang gago ka?!" Halos magwala sa galit si Ardon nang marinig ang tinig ng isang lalaki sa kabilang linya. Lulan ito ng sariling sasakyan katabi ang kasintahang si Abby habang nakaparke sa gilid ng kalsada ang sinasakyan.

"She's safe with me. Ihahatid ko na lang siya sa'yo bukas. Bye."

Naputol na ang linya kaya hindi na nagawang mag-react ni Ardon. Nanggigigil nitong hinawakan ang manibela ng sasakyan saka pinasibad.

"Sweety, relax."

"Relax?! Paano ako marerelax eh nasa kamay ng 'di ko kilalang lalaki si Haya?" Kita sa ekspresyon ng muka nito ang matinding galit at pag-aalala.

"Haya is an adult, Ardon. Hindi naman siguro siya sasama sa lalaking hindi niya kilala at isa—"

"Paano ka nakakasigurong kusang loob siyang sumama? Ngayon lang nagawi dito si Haya, Abby kaya malabong may kakilala siya." Napansin niyang nanahimik ang kasintahan kaya bahagya niya itong nilinga. "I'm sorry, sweety. I'm just so scared for Haya."

"What's really the purpose of bringing us here, Ardon? Alam ko kung gaano kayo ka-close at gaano siya kaimportante sa'yo pero huwag mo naman masyadong ipamukha sa 'kin na girlfriend mo lang ako at siya ang bestfriend mo na napakaimportante para ipagsawalang bahala mo ang damdamin ko!"

Napahugot siya ng malalim na paghinga. "Pag-aawayan na naman ba natin 'yan?"

"Because you always make me feel that I'm ONLY your girlfriend and that bestfriend of you is your EVERYTHING!" Hindi na nito mapigilan ang mapaluha.

28

"Parang kapatid ko na si Haya, Abby at kargo de konsensiya ko siya dahil ako ang nagdala sa kanya rito. Sana palawakin mo pa ang isip mo."

"Sobrang lawak na ng isip ko, Ardon! Sa sobrang lawak kitang kita ko na ang katotohanan. Ihatid mo na lang ako sa terminal ng bus," pahikbi-hikbing anito.

"Sabay-sabay tayong luluwas bukas and that's final."

Hindi pa nagtatagpo ang landas nila ng Ardon na iyon at sa nakikita niyang pag-aalala nito sa kalagayan ni Hyacinth sigurado siyang mahal nito ang dalaga. Hindi lang tiyak kung bilang kaibigan o higit pa. Napabuntong-hininga siya saka napatingin sa nahihimbing na dalaga. Lumapit siya para mas masilayan ito ng maigi. Bakas ang lungkot sa mukha nito kahit natutulog just like the first night they slept together.

"Kasalanan mo 'to eh. Naiwan tuloy ako ng bangka. Huling bangka na raw 'yon." Nakasimangot na paninisi nito sa kanya.

"Nagbanlaw ka pa kasi." She's wearing a denim pants and a see through sleeveless blouse with cardigan on top.

"Alangan naman umuwi akong basa."

"You could also do that on pier."

"Naisip mo man lang ba na pagabi na at sa suot ko kanina pwede akong mahamugan at kung mamalasin pwede ring matiyempuhan ng mga manyakis?"

"True enough but I'm glad that you're cautious. You know how to protect yourself from possible danger."

"Bakit ba panay ang english mo?" yamot na tanong nito na ikinatawa niya.

"Nag-aral kasi ako ng college sa Amerika and at a young age I was trained to speak english kahit nandito sa Pilipinas."

"Tunog mayaman."

"Parang ganoon na nga."

"Sige na mag-english ka na. Hindi kita pinagbabawalan."

"Silly."

"Tagalog ba yan o english?"

Nagtawanan sila. "You're witty."

"Ikaw din. Nagets mo eh."

Hyacinth is a funny smart woman so there's never a dull moment with her. Iyon ang kauna-unahang pagkakataon na nakagaanan niya agad ng loob ang isang estranghero.

"No choice ako, makikitulog ako sa tabi mo. Okay lang ba?" anitong nakasilip sa pinto ng tent.

"It's my pleasure."

"Pleasure ka diyan. Walang gano'n. Matutulog lang tayo. Period."

"No problem," napapangiti niyang sabi.

"Good." Pumasok na ito sa loob at nahiga. "Hey! Don't break my trust or else hindi ka na makakapasok sa buhay ko."

"You don't have to threaten me, just sleep tight. You'll be safe with me."

"Okay. Good night my knigth in shining armor."

"Good night Hyacinth, my damsel in distress."

"Alam mo, ikaw lang ang nagtiyagang tawagin ako sa buong pangalan. You can call me Haya."

"I prefer Hyacinth."

"Sabi mo eh. Good night ulit. Totoo na 'to," nakangiting anito.

"You have the best smile." Nawala ang ngiti sa labi nito sa sinabi niya. Muling nanumbalik ang lungkot sa mga mata nito tapos ay tumagilid patalikod sa kanya. *"Did I say something wrong?"*

"Antok na ko, Light."

"Okay."

Nang gabing 'yon, nangako siya sa sariling aalisin ang sakit at bigat na dinadala nito sa pamamagitan ng pang-aagaw ng puso nitong tumitibok para sa iba pero hanggang ngayon hindi pa rin niya nagagawang ibsan ang sakit na nararamdaman nito. Nasa mga mata pa rin nito ang pamilyar na lungkot.

CHAPTER 4

Pagbangon ni Haya ay hindi niya nakita si Light. Tinanghali siya ng gising at ngayon nasa harap siya ng salamin pinipilit ayusin ang namamagang mata dahil sa walang tigil na pag-iyak. Habang pilit na binabanat ang namamagang mata hoping na babalik iyon sa normal ay bumukas ang pinto at iniluwa niyon ang nakangiting si Light na may mga bitbit na paper bag. Halatang namili.

Iniabot nito sa kanya ang pinamili. "Fix yourself."

"Kanina ko pa nga ginagawa," sabay kuha sa inabot nito. "Paano na 'to? Halatang-halata ang mata ko," aniya sa pagitan ng pagsiyasat sa iniabot nito. Niladlad niya ang telang nakuha roon, isang floral dress below the knee. May nakapa pa siya at base sa sense of touch alam na niya kung ano iyon. Bigla siyang pinamulahan. Hindi na niya nilabas ang underwear na binili nito sa sobrang hiya. "S-Salamat." Halos hindi makatinging aniya at para makaiwas ay agad siyang tumungo ng banyo.

"Hurry up, Hyacinth. Kumakalam na sikmura ko," rinig niyang anito.

Halos hindi makatingin ng diretso si Haya nang lumabas ng banyo. Hiyang-hiya pa rin siyang isipin na pinamili siya ni Light ng mga underwear at nakakalokang alam nito ang size niya maging ang floral dress ay fit na fit sa kanya! Parehong nasa likod ang mga kamay hawak ang pinaghubaran niyang damit. Pinilit niyang alisin ang hiya at hinarap ito ng may matamis na ngiti sa labi pero dagling napawi iyon nang dahan-dahan nitong inilapit ang sarili. Mas lalo tuloy siyang naasiwa dahil papalapit nang palapit ang mukha nito sa kanya. *Hahalikan ba siya nito? OMG hindi siya prepared!*

Napapikit na lang tuloy siya. Halos manigas ang buong katawan niya nang biglang maramdaman niya ang paglapat ng sunglasses sa mata niya. Napapangiwi at napapangiti siyang napamulat ng mata.

"You still have that puffy eyes so I decided to buy one."

Napangiti siya. Pinaninindigan talaga nito ang pagiging knight in shining armor niya. "Ang dami ko nang utang sa'yo puro mamahalin pa ata 'tong binili mo," aniya habang pinupunasan ng towel ang basang buhok.

"Your smile is enough payment."

Ang sarap pakinggan. Sa tuwing ito ang nagbibitiw ng salita parating tila hinahaplos ang kanyang puso. She is always thankful to God for having Light on her side especially pag ganitong lungkot-lungkotan ang peg niya.

Matapos mag-brunch(breakfast at lunch) ay dumiretso agad sila sa villa, dahil nakapagtext na, hindi nakapagtatakang nakaabang na si Ardon sa labas ng farm house. Ngayon niya lang ito nakitang seryosong-seryoso at walang kangiti-ngiti, mas lalo pang umigting nang tumingin ito kay Light. Pagtingin niya sa huli ay pares din ang reaksyon nito. Kulang na lang magpatayan ang dalawa sa titigan kaya minabuti niyang umeksena.

"Ardon si Light, Light si Ardon." Pagpapakilala niya sa dalawa.

"Salamat sa paghatid. Makakaalis ka na," maangas na taboy ni Ardon.

Sa halip na pansinin si Ardon ay siya ang tinapunan ng pansin ni Light. "Bye, Hyacinth. Take care." Walang lingon-likod itong pumihit patungo sa sasakyang nakaparke.

"Salamat ng marami. Ingat sa byahe. Bye." Kaway pa niya. Nang makaalis ang kotse ay nagbangayan sila ni Ardon.

"Kailan ka pa natutong matulog kasama ang stranger?"

"Hindi stranger si Light at saka 'di ba sabi mo mingle and multiply!"

"Light Light eh ang dim dim ng pagmumukha. Hindi ko pa nga nakikilala ang hinayupak na 'yon nakipag-multiply ka na!"

"Paanong hindi magdi-dim eh kulang na lang sakmalin mo. Ayoko na magpakilala sa'yo kasi lahat naman ng pinapakilala ko ayaw mo," naka-ingos na aniya.

"Pinoprotektahan lang kita, Haya. Matino ba 'yon eh imbes na ihatid ka rito dineretso ka sa hotel. Hindi pa nga kayo sumama ka agad!"

"Bakit may bill ba na kapag hindi magkasintahan bawal magsama sa isang hotel?"

"Tigas talaga ng ulo. Sa susunod kung lalandi ka wag mo 'kong pinag-aalala. Buong magdamag kitang hinanap. Hindi mo na nga sinasagot ang tawag ko ni mag-text man lang 'di mo ginawa."

Gigil na gigil siyang sumagot. "Hindi ako lumandi!"

"Basta! Layuan mo ang Light na 'yon." Pakasabi niyon ay agad itong tumalikod at pumasok sa loob. Inis na sinundan niya ito.

"Hindi mo lang kasi matanggap na hindi lang ikaw
ang nakakapagtiyaga sa'kin. Hmp!" Inunahan na niya
itong pumanhik sa taas. Nagkagulatan pa sila ni Abby na
prente lang nakatayo sa may hagdan. Wala siya sa mood
kaya ipinagpatuloy niya ang pagpanhik. Hinihiwa na
naman ang puso niya at gusto na naman niyang maiyak.

Nang makapasok sa kuwarto ay padapa niyang
itinapon ang sarili sa ibabaw ng kama. Hinubad niya ang
suot na sunglasses. Naalala niya ang tinuran ni Light
bago sila maghiwalay. **"You can't wear that sunglasses
forever, Hyacinth so you have to prevent yourself from
crying. I'm not always around so you have to help
yourself."**

Kahit gusto niya pang umiyak ay pinigil niya ang
sarili. Tama si Light, walang ibang makakatulong sa
sarili kundi siya lang. Hindi niya napigilang
alalahanin kung paano ginulo ni Ardon ang nananahimik
niyang puso.

*Second year high school, sa loob ng klase,
katatapos lang ng science subject nila. Nakaupo sa
isang silya, abalang ipinapasok ni Haya ang notebook at
libro sa kanyang bag.*

"Miss, pwedeng pa-picture?"

*Napaangat ng mukha si Haya at napatingin sa
nagsalita. Isang binatilyong prenteng nakatayo habang
nakasandig sa upuan na nasa likuran nito ang tumambad
sa harapan niya. Matamis pa ang ngiti nito na tila ba
close sila. Nakaramdam siya ng hiya at pagka-ilang.
Hindi siya sanay na nakikipag-usap sa mga lalaki. Hindi
siya sanay na pinapansin ng mga tulad nitong guwapo at
hinahangaan ng karamihan. Oo. Kahit bagong magkaklase
kilala niya ito dahil sikat ito sa buong eskuwelahan.
Isa itong varsity player kaya marami itong tagahanga.*

Kunot na kunot ang noo niya. Hindi niya kasi

lubos maisip kung bakit magpapa-picture ito sa kanya? Ordinaryong estudyante lang naman siya sa eskuwelahang iyon at hindi naman siya ganoon kaganda. Heto nga't magulo

pa ang may pagkaalon-alon niyang buhok at ramdam niyang oily na ang face niya. Hindi niya tuloy napigilang kunin ang face powder sa bag at tarantang nag-retouch. Rinig niyang tumawa ito ng malakas. Halatang aliw na aliw. Napahinto tuloy siya sa ginagawa.

"Ang ibig kong sabihin pakikunan kami ng picture ng team ko."

Hiyang-hiya niyang ibinalik ang face powder sa bag. Napatingin siya sa mga kumakaway nitong mga ka-team na ngayon ay papasok na sa classroom. Kanya-kanyang pwesto ang mga ito. Kala mo mga modelo kung makapag-pose.

"Galingan mo ha. Sayang ang film," anang isa.

"Ilang kuha ba?" tanong niya.

"Lima," sagot ng isa.

Matapos ang limang shot ay binalik na niya sa nag-utos ang camera.

"Salamat. Pwedeng manghiram ng notes?"

"A-Anong notes?"

"Lahat ng notes mo. Pansin ko kasi ikaw ang pinakamasipag mag-take note."

Natigilan siya bigla. Napansin pa nito iyon sa dami nilang magkakaklase? Inilabas niya lahat ng notebook. Ipinihit nito paharap sa kanya ang upuan na kanina ay kinasasandigan nito tapos ay dinampot ang isa sa mga notebook niya. Sinipat-sipat. Napahalakhak na naman ito.

"Naiintindihan mo 'to?" hindi makapaniwalang bulalas nito. "Parang penmanship lang ng doctor pero pwede nang tyagain," ngiting dugtong nito sabay tingin sa kanya tapos balik sa notes. Hiyang-hiya na naman siya.

Humalakhak na naman ito. "Eych(H)-yacinth. Kulit ng pangalan mo. Tama ba bigkas ko?"

Maging siya ay natawa sa pagkakabigkas nito. "Hayacinth ang tamang bigkas pero tawagin mo na lang akong Haya. Iyon naman ang tawag nila sa'kin." Naging palagay na ang loob niya dahil napatawa siya nito. Hindi niya namamalayang matamis na ang ngiti niya.

"Ngayon lang kita nakitang ngumiti. Dalasan mo cause you have the best smile."

Ang sarap sa tainga pakinggan. Ang sarap sa pakiramdam. Doon siya nagsimulang magka-crush sa isang Sardonyx Castillo o mas kilala sa tawag na Ardon. Magmula noon hiraman na siya nito ng notes. Madalas itong natatawa sa kanya kaya madalas niyang marinig ang tila musikang halakhak nito. Naging palagay ang loob niya rito at hindi niya namamalayang lumalalim na pala ang crush na nararamdaman niya. Marami ang babaeng naiinggit sa kanya pero dahil likas na charming si Ardon at likas na palakaibigan sa lahat ay hindi nito hinahayaang mabalewala ang mga tagahanga nito. Gayunpaman, siya pa rin ang angat sapagkat itinuring na nila ang isa't isa bilang mag-bestfriend. Marami ang nanunukso sa kanila. Mga nag-aakalang higit pa sa magkaibigan ang mayroon sa pagsasama nila. Inamin niyang naisip niya rin ang bagay na iyon pero isang araw ipinakilala nito sa lahat ang kauna-unahan nitong girlfriend. Doon niya unang nakumpirma na hindi na lamang pagkakaibigan ang nararamdaman niya sa bestfriend. Ang unang luhang ipinatak ng nabigo niyang damdamin.

Sa loob ng labinlimang taon na pagiging mag-bestfriend marami na rin siyang nakilalang ex nito kaya balde-balde na rin talaga ang nailuha niya at sa lahat, itong si Abby lang ang umabot ng limang taon. Away-bati ang relasyon ng dalawa kaya siya itong sandigan ni Ardon, ang tagaramay sa tuwing nagkakasira ang mga ito kahit kapalit niyon ay ang paulit-ulit ding pagkawasak ng kanyang puso.

Sabay sabay nga silang bumiyahe pabalik sa Maynila kinabukasan. Halos wala silang imikan habang nasa biyahe. Parang may LQ pa ang dalawa dahil halos hindi magkibuan ang mga ito. Ayaw rin naman niyang mag-usisa pa kaya minabuti niyang matulog. Naulinigan na lamang niya ang pagtawag ni Ardon sa pangalan niya. Pagmulat ng mata ay nakahimpil na ang sasakyan sa tapat ng bahay na tinutuluyan niya.

"Sorry, napasarap tulog ko." Halos hindi siya magkandaugaga sa paghagilap ng mga bitbit na gamit at mga pasalubong. "Salamat sa paghatid, Ardon." Tapos ay binaling niya ang paningin sa katabi nitong si Abby na ngayon ay walang kangiti-ngiti. Mukhang war pa rin ang dalawa. "B-Baka gusto niyong tumuloy muna para magpahinga," alok niya.

"Ihahatid ko pa si Abby at isa pa mas masarap magpahinga sa lugar ko kaysa sa lugar mong makalat."

"Hindi talaga kumpleto ang araw mo na hindi ako inaasar 'no?" Tuluyan na siyang bumaba ng sasakyan at isa-isang inilabas ang mga dalahin niya. Nang mailabas na lahat ay muli siyang sumilip sa bintana ng driver's seat. "Ingat kayo sa biyahe. Text text na lang, okay."

"Sige na baka gabihin pa kami." Iyon lang at pinasibad na nito ang sasakyan.

Napabuntong-hininga na lang siya. Habang papasok sa bahay ay hindi mawala sa isip niya ang iritang mukha ni Abby. Pinagseselosan kaya siya nito? Nakita na niya kasi ang mga ganoong reaksyon sa mga naging ex ni Ardon. Sa una, magigiliw sa kanya tapos sa huli mga insekyora pala. Madalas sabihin ni Ardon na kung hindi matatanggap ng babaeng makakarelasyon niya ang closeness nilang dalawa, walang rason para ipagpatuloy pa.

Nagpasya siyang mag-shower pagkatapos ay nag-check sa laptop ng mga work deadline. Medyo marami-rami rin kaya siguradong magkukulong na naman siya sa kuwarto ng

ilang linggo. Cramming is the best motivation. Mayamaya ay tumunog ang ringing alert tone ng cellphone niya. Dinampot niya 'yon habang nakatutok pa rin sa screen ng laptop ang paningin.

"I just wanted to check on you, Hyacinth."

"Light." Nawala ang konsentrasyon niya kaya iniwan niya pansamantala ang ginagawa. "Nakauwi na kami. I hope ganoon ka rin." Mula nang ihatid siya nito sa farm house ay wala na siyang natanggap na mensahe mula rito kahit ilang beses niya itong tinext.

"Paghatid ko sa'yo kahapon umuwi na rin ako agad. May mga trabaho akong naantala kaya magiging abala ako sa mga susunod na linggo."

"Okay lang. Mukhang pareho tayo ng sitwasyon."

"I'll try to connect 'pag may oras."

"No need. Kapag busy kasi ako, I'm avoiding everything, totaly detach from the world so baka hindi ko rin maharap."

"Okay. Just don't stress out yourself."

"Ikaw rin."

"I'm gonna miss you for sure."

"Ako rin."

"I'm happy to hear that."

Nawalan siya ng sasabihin kaya pansamantalang nanahimik tapos biglang may nag-door bell. "Light, I need to cut this now. I think I have an unexpected visitor."

"Sure. Take care."

Gulat na gulat siya nang mapagsino ang nasa harapan ng pinto. "A-Abby..."

"Hindi alam ni Ardon 'to."

"T-Tuloy ka." Pinaupo niya ito sa sofa.

"Ardon told me that you're not drinking alcohol but please pour this wine for me."

Kinuha niya mula rito ang wine na dala nito. Mukang malaki ang pinag-awayan ng dalawa para puntahan siya nito na may bitbit na alak. Tumungo siya sa kusina para kumuha ng wine glass at para buksan na rin ang wine. Napatili siya nang bigla iyong bumulwak at tumapon kung saan ang takip. Naramdaman na lamang niya ang papalapit na yabag.

"You should have told me," anitong inagaw ang wine.

"S-Sorry." Naghanap siya ng basahan saka pinampunas sa sahig at mga natalamsikan ng wine. Nakita niyang sunod-sunod itong nagsalin ng wine sabay inom.

40

"Now I understand why Ardon cares about you that much. You are hopeless."

"Ano ba ang pinunta mo rito?" prankang tanong niya.

Nagsalin ito sa isa pang baso saka inabot sa kanya. "I want you to be honest so drink it."

Natagalan bago niya kunin ang baso saka nilagok ang laman. Kahit napaitan ay pinilit niyang lunokin. Naramdaman niya ang mainit na hagod.

"You're in love with Ardon, am I right?"

Maang siyang napatitig dito tapos ay umiwas ng tingin. "K-Kung gusto mong layuan ko si Ardon, sige gagawin ko."

"I want you to do the opposite. Steal him from me."

"What?!" Halos hindi makapaniwalang titig niya rito.

"I love Ardon so much that's why I'm jealous!"

"Bakit mo 'ko inuutusang agawin siya?"

"Because I know that you love him more than a friend."

Lalo siyang naawa sa sarili. Ganoon ba talaga kahalata ang feelings niya? Napatitig siya rito saka umiling. "Hindi ko maaagaw si Ardon sa 'yo dahil kung alam ko na may pag-asa ako sa puso niya bilang isang kasintahan, hindi sana ikaw ang tinatawag niya ngayong girlfriend."

"Open your eyes, Haya. Ano sa tingin mo ang dahilan ng mga failure relationship ni Ardon? It's

41

because you're always in between."

"Kailangan ba talagang i-give up ang closeness namin para maging successful ang romantic relationship niya? Bakit hirap kayong intindihin na kaibigan lang ang turing niya sa 'kin?"

"I'm sure if you were in my position pagdududahan mo rin si Ardon."

"Naaawa ako kay Ardon dahil nakakakuha siya ng mga babaeng hindi kayang pagkatiwalaan ang damdamin niya."

"Call me a fool but this is the only way I know." Muli itong nagsalin at tumungga. "Binibigyan kita ng pagkakataon na agawin sa 'kin si Ardon. Pagkakataon mo na ipakita ang matagal mo nang tinatago-tagong pagmamahal para sa kanya. Hindi ka dehado rito."

Hindi siya makapaniwala. Ibang-iba ito sa lahat ng mga naging babae ni Ardon. "Paano kung maagaw ko siya?"

"Eh 'di panalo ka pero pinatunayan lang na may rason ang lahat ng pagseselos sa 'yo ng mga ex ni Ardon, kasama na 'ko roon." Ibinaba na nito sa mesa ang hawak na baso saka naglakad palayo. Naiwan siyang nakatulala at hindi malaman ang gagawin.

CHAPTER 5

"*D*o your best Hyacinth."

Paulit-ulit sa isipan niya ang katagang iyon ni Light. Suportado kasi nito ang kahibangan ni Abby. Dalawang buwan na ang nakakalipas matapos ang pagdalaw at pag-gulantang sa kanya ng huli. Hindi na ito nagpakita. Hindi pa rin naman nagagawi roon si Ardon at kahit nagpaparamdam ito sa mga text at tawag, pinipilit niyang umiwas. Hindi pa rin siya sang-ayon sa kahibangang iyon. Kung nananalaytay sa dugo niya ang maging mang-aagaw sana noon pa niya ginawa. Hindi na dapat niya pinahirapan ng maraming taon ang sarili.

"Buti nadalaw ka," ani Heidi nang ilapag nito sa mesa ang isang slice ng cake. Ito ang tumatao sa Heileighcinth. Sa kanilang tatlo ito ang mas tutok sa negosyo.

"Muka ngang hindi na naman naaarawan 'tong kaibigan natin eh." Si Leigh 'yon.

Sumubo muna siya ng cake bago nagsalita. "Tapos na nga mga raket ko kaya nakakalabas na naman sa lungga. Wala ba tayong getaway diyan?"

"Ikaw lang dito ang freelancer. Kung gusto mo ayain mo si Ardon mag-out of town tapos sundin mo ang payo ng hibang niyang jowa." Sabay na nagtawanan ang dalawa.

"Huwag ninyo ngang gawing biro 'yon," ingos niya kaya nanahimik ang dalawa. Abala siya sa pagsipsip ng milk tea nang biglang makita niyang papalabas ng cafe si Light! Sinipat niya ang naka-silent mode na cellphone at doon nakita niya ang ilang missed calls mula rito. May isang mensahe siyang binasa: **On my way to your home.**

Napaahon siya sa kinauupuan. "Kailangan ko na pala

bumalik. 'Pag may problema, tawagan niyo lang ako, okay?" Paalam niya sa mga kaibigan at dali-dali siyang umalis. Nakita pa niya ang pagtataka sa mukha ng mga ito.

"Light!" malakas na tawag niya bago pa ito makasakay ng kotse. Napalingon naman ito.

"Hyacinth." Gulat itong napatitig sa kanya tapos ay nangiti. "What are you doing here?" anito habang papalapit sa kanya. Nagsalubongan sila.

"Dinalaw ko lang ang mga kaibigan ko and also checking our business."

"I see. Paano 'to?" Inangat nito ang mga binili.

Bahagya siyang natawa. "Eh 'di kainin natin. Tara." Pasakay na sana siya pero biglang dumating sina Heidi at Leigh. Makahulugan ang tingin ng mga ito.

"Baka gusto mo naman kaming ipakilala sa kasama mo," ani Leigh pero si Heidi ay agad na hinarap si Light.

"Hi, I'm Heidi." Nakikipagkamay pa ito habang pilya ang ngiti.

"Light." Saka inabot ang pakikipagkamay.

Wala siyang nagawa kundi ipakilala sa dalawa ang binata.

"Nililigawan mo ba 'tong kaibigan namin?" prankang tanong ni Leigh.

Napangiti lang si Light at lihim niyang pinanlakihan ng mata ang kaibigan. Naramdaman na lamang niya ang pag-akbay ng una sa kanya.

"Actually, I'm stealing her slowly."

Napakagat labi siya lalo nang makahulugang nagtinginan ang mga kaibigan. Hindi pa siya handang mag-kwento tungkol kay Light pero mukhang mapipilitan siya dahil tiyak kukulitin siya ng mga ito sa mga susunod na araw.

"Good luck na lang sa pang-aagaw," makahulugang ani Heidi.

"Sana nga ikaw na ang makapagpatigil ng pagiging martyr nitong si Haya," ani Leigh.

"Tigilan ninyo nga 'yan. Tara na Light." Hinila na niya ang binata.

"She misses me this much," kindat ni Light sa mga kaibigan niya bago tuluyang sumakay ng kotse.

Lihim na lang siyang nangiti dahil may katotohanan ang biro nito. Kung nagkakapuwang na ito sa puso niya, that's good for both side.

Nagulat si Haya nang makita sa tapat ng bahay niya si Ardon. Nakaupo sa harap ng gate at may hawak na bote ng alak. Nagkatinginan sila ni Light na ngayon ay nasa tabi niya.

"I understand," anito. Nakitaan niya ng lungkot ang mga mata nito.

"Kayo na ba?" Maangas na salubong ni Ardon sa

kanila.

"Hindi, kaya tara na." Pilit niya itong hinila papasok sa gate. Nang makapasok ay napansin niyang hindi pa rin umaalis sa kinatatayuan itong si Light. Nginitian niya ito at senenyasan ng hand gesture na okay. Ngumiti ito pabalik saka nag-hand gesture ng bye saka tuluyang sumakay sa kotse nito.

Nang makapasok sa loob ng bahay ay ilang beses niyang narinig na bumunot ng malalim na paghinga si Ardon. "Nakipag-break na siya." Saglit siyang natigilan dahil sa gulat. Hinayaan niyang maglabas ito ng sama ng loob pero mas kinagulat pa niya ang sumunod na sinabi nito. "Pwede bang tayo na lang, Haya?" Napaawang ang labi niya pero wala siyang maisagot. "Baka sakaling mag-work. Baka sakaling totoo iyong mga sinasabi nila. Baka nga ikaw talaga ang mahal ko kaya---"

"Magiging tayo dahil sa baka? Naririnig mo ba ang sarili mo?"

"Bakit hindi natin subukan?" desperado itong tumitig sa kanya. "Masaya naman tayo sa isa't isa. May pinagkakasunduan at pinag-aawayan pero solid pa rin. Nagkakaintindihan tayo at higit sa lahat may tiwala sa isa't isa. Alam kong hindi mo ako iiwan hindi tulad nila."

"H-Hindi ko alam. Naguguluhan ako." Dapat matuwa siya sa mga naririnig pero bakit pakiramdam niya may mali.

"Haya, kung papayag ka. Sumama ka muna sa 'kin sa Sardonyx Farmville. Gawin natin lahat para mag-work ito." Hindi niya nagawang tanggihan ang nagsusumamong mga titig nito pati ang puso niyang matagal na inasam na mangyari ang sandaling ito, ang pagtuunan siya nito ng pansin bilang isang babae at hindi bilang isang kaibigan lang.

Tanga na kung tanga pero matagal na siyang nagpapakatanga kay Ardon bakit hindi na niya lubusin lalo pa ngayong may chance nang matupad ang matagal na inaasam-asam. Habang nasa biyahe hindi niya napigilang alalahanin ang huli nilang pagkikita ni Light.

"As I told you, do your best but don't forget that I will always be here for you."

Mangiyak ngiyak siyang napayakap dito. *"I'm sorry Light. Alam kong ang sakit sakit nito para sa 'yo pero---"*

"Sssshhh...If it's all about you, I can always bare the pain. You should have known that ever since I decided to steal your heart."

Hindi niya alam pero ang sakit sa dibdib habang nagpapaalam siya noon kay Light. Siguro dahil alam na alam niya kung gaano kasakit ang mapunta sa kalagayan nito. She's so selfish and unfair kaya naman buo na ang desisyon niyang hindi na uli pang magpapakita rito para matulungan niya itong mag-move on. Mag-work man o hindi ang kahibangang ito dapat harapin niya mag-isa. Pinahid niya ang munting butil ng luha na tumulo mula sa mga mata.

"Mukhang nahirapan kang bastedin ang Light na 'yon ha."

"He's one of the best."

"Mas best pa rin ako sa kanya kasi mas pinili mo 'ko but that's a good choice, Haya. Hindi mo pagsisisihan na ako ang pinili mo."

"Dapat lang."

"Dapat nga noon pa natin 'to ginawa. Ang smooth ng buhay 'pag ikaw ang kasama ko. Siguro kung noon pa tayo nag-level up marami na sana tayong anak ngayon."

Ngumiti lang siya. Buong akala niya magkakaroon ng ilangan sa parte nila pero ito sila ngayon nag-uusap ng normal.

"Oo sumama ang tanga," sagot ng kaibigan ni Haya na si Leigh. Pumunta si Light sa Heileighcinth Cafe & Resto sa pag-asang hindi itinuloy ni Haya ang pagsama kay Ardon. Kahit alam niyang 99% na sasama ang dalaga umasa pa rin siya sa 1% na pinanghahawakan niyang pag-asa.

"Pasensiya ka na sa kaibigan naming 'yon ha. Pagdating talaga kay Ardon tanga 'yon," anang si Heidi.

"Parang ako kay Haya," napapangiting aniya.

"Hmmm...ilang taon ka na bang nagpapakatanga?" usisa ni Leigh.

"Mahigit isang taon pa lang naman."

"Wow! First time na naglihim si Haya sa mga nakaka-date niya ng ganyan katagal," si Heidi 'yon na gulat na gulat.

"Hmmm...suspicious," ani Leigh na napapaisip. "Naglilihim lang si Haya 'pag may something eh. Iyon bang tipong masyadong importante kaya nililihim, parang password o pin sa atm. Ganoon!"

"So ibig sabihin, importante ka kay Haya!" segunda ni Heidi.

"Sana nga..." Marami pa silang napag-usapan. Dumiretso siya sa Tagaytay pagkagaling roon.

"Ang daming alak niyan ah," puna ng caretaker ng bahay habang nilalapag niya sa mesa ang mga pinamili. "Hinay-hinay lang baka masobrahan."

"Kayang-kaya ko 'to. Ito lang ang pwede kong

karamay ngayon."

"Nasa Amerika na kasi kayo lahat bumalik ka pa rito. Walong taon ka na ring nag-iisa sa buhay. Trenta y dos ka na wala ka pa ring pamilya. Akala ko nga 'yong dinala mo ritong babae na pinaalis mo pa ako eh siya na kasi hindi ka naman nagdadala ng babae rito dati."

"Yaya, balang araw makikilala mo ang babaeng gusto kong dalhin sa altar. Hahanapin niya ako sa 'yo dahil na-realize niya kung gaano niya ako kamahal. Kapag dumating ang araw na 'yon makipagtulungan ka lang."

"Ano bang kalokohan 'yan? Hindi dapat pinaghahabol ang mga babae."

Napangiti siya. "Alam ko. Sige ho aakyat na 'ko." Bitbit ang mga bote ng alak ay umakyat siya ng hagdan diretso sa sariling silid. Nagpakalango siya sa alak. Ramdam na ramdam niya ang pag-iisa sa napakalaking kama. Inapuhap niya ang bakanteng espasyo sa tabi niya saka paulit-ulit na sinambit ang pangalan ng pinakamamahal na si Hyacinth. Sa sobrang kalasingan ay nakatulog siya.

"I love you, Light...Light I love you...I love you so much, Light..."

Paulit-ulit ang mga katagang 'yon sa panaginip ni Light. Naalimpungatan siyang nananakit ang ulo at pawisan. Ni hindi siya nakapagpalit ng damit kagabi. Napangiti siya sa napanaginipan o mas tamang sabihing alaala. Minsan na niyang nadala roon si Hyacinth at ang iisang beses na 'yon ang pinakamasayang sandali ng buhay niya kasama ang dalaga. Saksi ang silid na iyon sa napakasaya at nakakabaliw na sandaling 'yon. Ang iisang porsyentong pinanghahawakan sa laban niya para sa pag-ibig ng dalaga.

CHAPTER 6

Tatlong araw na si Haya sa Sardonyx Farmville. Tulad ng sabi ni Ardon, smooth nga ang buhay kapag magkasama sila. Wala silang ginawa kundi magsaya. Hindi na bago sa kanya na inaasikaso at pinagsisilbihan siya nito pero dahil may halong panunuyo at sweetness, hindi niya mapigil ang kiligin. Sinusubukan talaga nito na suyuin siya bilang babae at hindi bilang isang kaibigan lang.

Nakatanggap siya ng tawag mula sa kaibigang si Heidi. Humihikab na sinagot niya ang cellphone. "Oh bakit? Aga masyado ha."

"Aga! Alas diyes na bruha!"

"Parang hindi mo naman ako kilala. Ano ba kasi 'yon?"

"Open your FB account dali!" excited na utos nito.

"Ewan ko sa'yo." Kinuha niya ang tablet sa ibabaw ng tokador saka binuksan ang FB app. Bumungad sa kanya ang larawang nagpatigil sa inog ng mundo niya. Si Light nasa Heileighcinth Cafe & Resto kasama ang kausap niya ngayon sa kabilang linya. Wearing that flirtatious smile, alam niya agad na bet ni Heidi si Light.

"Haya, are you there?" untag nito sa kabilang linya.

"Yes."

"Hindi ko alam kung saan mo kinuha 'yang katangahan mo at pinakawalan mo pa 'tong si Light. Matipuno, simpatiko, sweet, caring and everything. Total package na umayaw ka pa! I think I like him,

Haya. Okay lang ba kung mag-date kami?"

Hindi siya agad nakasagot. May kung ano siyang naramdaman. Hindi naman niya pag-aari si Light pero bakit parang ayaw niyang pumayag. "O-Oo naman," pagsisinungaling niya.

"Certified tonta! Kapag ito na-inlove sa 'kin 'wag kang iiyak."

"Loka! Huwag mong paiiyakin 'yan. Lagot ka talaga sa'kin."

"Wow concern? So ikaw pwede siyang paiyakin 'pag ako bawal?" Hindi na naman siya agad nakaimik. Sapol na sapol siya roon. "Don't worry Haya I will make sure na paliligayahin ko siya. Oh sige na kailangan ko na itong tapusin. Bye."

"Bye," mahinang tugon niya. Matagal niyang tinitigan ang larawan ng dalawa pero nakatuon lang ang paningin niya sa maaliwalas at masayang mukha ni Light. Mula noong sumama siya rito kay Ardon pinangako nila sa isa't isa na puputulin na nila ang ugnayan pero bakit nasa Heileighcinth ito? Bugso ng damdamin ay tinawagan niya ito pero voicemail ang sumagot sa kanya. Nag-iwan na lang siya ng mensahe. "Stop hurting yourself, Light and move on."

Bumunot siya ng malalim na paghinga saka iniwan ang mga gadgets, dumiretso sa banyo saka naligo. Pagbaba niya ay dumiretso siya sa kusina. Naabutan niyang naghahanda ng pagkain si Ardon.

"Aba gising na ang mantika matulog. Tanghalian na pero kung gusto mo ng kape ipagtitimpla kita."

"No. Ako na lang may ginagawa ka pa eh."

"Malapit na 'tong paborito mong ginataang pusit."

51

Amoy pa lang alam na niya. Masarap magluto si Ardon, kuha nito ang mga lutong bahay ng nasira niyang

ina kaya kapag ito ang nagluluto talagang ganado siya.

"Ngayon ko lang nare-realize na parang matagal na pala tayong mag-asawa, 'no? Siguro nga tama ang mga ex ko sa paratang nila sa 'kin dati na I couldn't live without you kasi ikaw naman talaga ang gusto ko," biglang sabi ni Ardon habang kumakain sila.

Kimi lang siyang ngumiti. Ulila na siya sa ama bago pa niya nakilala si Ardon at ang tanging ina lang na isang guro ang pamilyang nakagisnan niya dahil nakatira sila malayo sa kamag-anak. Kaya nga mailap siya sa mga lalaki bago niya pa ito nakilala pero magmula noong dumating ito sa buhay niya, natutunan niyang makihalubilo sa mga kalalakihan. Dahil solong anak lang siya, tila siya nakatagpo ng kapatid sa katauhan nito. Madalas siya nitong lapitan para humiram ng mga notes. Kung gaano siya kasipag magsulat ganoon naman ito katamad. Sa ganoong paraan sila naging malapit. Minsan, dumadalaw ito sa bahay para sabay silang mag-aral kaya naman napalapit ito sa kanyang ina.

Huling semester sa kolehiyo sa kursong Information Technology nang bawian ng buhay ang kanyang ina. Ang pinakamatinding dagok sa buhay niya. Kung hindi dahil kay Ardon baka nawalan na siya ng ganang mabuhay. Hindi ito nawala sa tabi niya mula noong ilibing ang ina niya, walang araw na hindi ito dumadalaw sa bahay para iparamdam na hindi siya nag-iisa. Minsan, tinanong niya kung bakit ganoon na lamang ang pag-aalala nito sa kanya at nagulat siya sa sinabi nito. Nakapangako raw kasi ito sa puntod ng mga magulang niya na hinding-hindi nito ipaparamdam na mag-isa na lang siya. Doon lalong lumalim ang lihim na pagmamahal niya para rito.

Bagamat abala na ito sa sarili nitong buhay,

hindi ito nakalimot na kumustahin siya mapa-tawag, text, chat o personal. Para itong naging instant guardian niya kaya kapag may problema ito ginagawa niya ang lahat para damayan ito kahit pa masaktan siya dahil madalas nitong problema ang mga nakakarelasyon nito. Akala niya sanay

na siya sa sakit pero mas masakit ang isang ito. Alam niyang pinipilit lang nitong paniwalain ang sarili na puwede silang mag-work pero gabi-gabi naman itong naglalasing at tinatawag ang pangalan ni Abby. Pikit-mata niyang tinatanggap ang lahat tulad ng mga dati.

Aninag sa mga mata ni Haya ang paghanga sa preparasyong ginawa ni Ardon para sa huling gabi nila sa farmhouse. Dinner date sa labas ng mansyon sa malawak na espasyong napapalibutan ng mga puno na sinadyang lagyan ng nagniningning na liwanag para sa matamis na sa sandaling handa nilang pagsaluhan. Sa gitna ay mesa at pandalawahang upuan, mga red roses petals sa lalakaran at parang deja vu. Para siyang lumulutang sa alapaap habang binabagtas ang patungo sa kinaroroonan nito at nang makalapit siya'y nakangiti nitong inabot ang kumpon ng pinaghalong iba't ibang uri ng bulaklak. Masuyo siyang inalalayan para maupo.

"Ang ganda mo ngayon, Haya." Bakas sa mukha nito ang paghanga habang magkaharap sila.

"Sabi mo hindi magiging simple ang dinner na 'to kaya nag-effort din ako." Simple make-up and above the knee fitted dress lang naman ang suot niya ngayon.

"Babaeng babae ka ngayon so I assume tinatanggap mo na ang gusto kong mangyari?"

"Sort of."

"Huling gabi natin 'to sa villa kaya naisipan kong maging romantic para pagbalik natin sa mga busy nating buhay maalala mo ang sandaling 'to."

"Hindi nga ako makapaniwala na may ganito ka palang side. Sabagay magkaibigan lang naman kasi tayo all throughout."

Ginagap nito ang kamay niya at masuyo itong tumitig. "Masanay ka na dahil matindi ako magmahal. Ipaparamdam ko sa 'yo lahat ng hindi naparamdam ng mga lalaki sa 'yo. Ang mahalin ka ng buo, Haya."

Parang hinaplos ng mga salitang iyon ang puso niya na parang deja vu. Nagpatangay siya sa sweetness ni Ardon hanggang sa ayain siya nito sa ilalim ng puno at buong suyo siyang hagkan sa labi. Natangay siya kaya heto buong pagsuyo siyang tumugon. Nakakaliyo ang mga sandali lalo nang gumapang ang halik nito pababa sa leeg.

"Ardon..." mahinang anas niya.

"Let's make love, Haya..." paanas ding tugon nito sa pagitan ng paggapang ng halik nito pababa. Nadadala siya sa masusuyong dampi ng halik nito sa balat niya.

"Make love to me, Hyacinth..."

Ang tinig na iyon ni Light ang nagtulak sa kanya para itigil ang nakakabaliw na sandaling 'yon.

"Haya, ayaw mo ba?"

"Baliw ka ba? Nasa labas tayo saka hindi pa ako handa. Masyadong mabilis."

Huminga ito ng malalim. "Kung wala kang balak 'wag kang magsusuot ng provoking na damit, okay?"

54

Disappointed itong umalis.

Napabuntong-hininga na lang siya saka lumakad pabalik ng mansyon. Kung bakit ba naman kasi naalala pa niya ang sandaling 'yon?

Kinabukasan ay sinubukan nilang isantabi ang nangyari kagabi at buong maghapon silang naging abala. Namingwit, nag-harvest, nagtanim at nagsaya. Ganoon kaganda ang samahan nila, palaging may kaakibat na saya pero kinagabihan ay nagpakalango na naman ito sa alak. Noong mga nakaraang gabi nagagawa pa nitong makapunta sa silid nito pero ngayon sa sobrang kalasingan halos hindi ito makatayo ng diretso. Kinailangan niya itong akayin kahit napakabigat nito. Sa guest room sa unang palapag niya ito dinala dahil hindi niya ito kakayaning iakyat sa second floor.

Nang maihiga niya ito sa kama ay panay ang ungol nito na tila nahihirapan. Pabuntong-hininga niyang inalis ang sinturon nito at inalis ang pagkakabutones ng pantalon para mas maging komportable ang paghinga nito. Sinunod niya ang sapatos at medyas saka hinubad niya ang t-shirt nito. Ilang beses na niyang nasilayan ang abs nito pero namamangha pa rin siya.

"Abby..." anas nito sa pagitan ng pag-ungol.

Tumutulo ang luhang napatakbo siya palabas ng silid. Napahawak siya sa dibdib na sa sobrang sakit ay naninikip. Pagpasok ng sariling silid ay padapa siyang sumalampak sa kama at pinagpatuloy niya ang paghagulhol. Sakto tumawag si Light kaya narinig niya ang ringtone na ito mismo ang nagpasa sa kanya, ang Bakit Ka Iiyak ni Jeremih.

Bakit, bakit ka iiyak

At hahayaan bang ang puso mo ay laging kay bigat

Heto, heto naman ako hindi nagbabago hanggang

ngayo'y naghihintay pa rin sa 'yo

Sa 'yong mga mata ay nakikita ko

Ang lungkot na dala-dala ng puso at damdamin mo

Magmumukhang tanga hahabol sa kanya

Gayong batid ng puso mo na siya ay mayroon ng iba

Alam mo bang ako'y naghihintay pa rin sa 'yo

Baliw pa rin ang hanap ay pag-ibig mo

Mistulang naging background music iyon sa pagitan ng paghihinagpis ng damdamin niya. Damang-dama niya ang liriko sa musikang iyon kaya lalo siyang napahagulhol lalo nang maalala niya kung paano iyon pinasa ni Light sa kanya.

"I wanted to sing that for you but I have no talent in singing," anito matapos ipasa ang kanta. *Nang marinig niya ang liriko ay tumagos iyon sa puso niya. Wala siyang nasabi noon. "Please customize it as your ringtone so the lyrics will reach your heart everytime I call."*

Ginawa niya nga ang sinabi nito pero bukod tanging sa pangalan lang nito nakakabit ang ringtone kaya alam na alam niya kahit hindi pa man niya makita ang caller. Pinigilan niya ang sariling damputin ang cellphone dahil doble ang sakit na nararamdaman niya ng mga oras na iyon. Lalong nadagdagan ang bigat sa dibdib niya dahil pinakawalan niya ang taong matindi ang pagmamahal sa kanya para sa pagmamahal sa kaibigang hinding-hindi siya masusuklian.

Kinabukasan, matamlay ang katawan na bumangon siya sa kama. Agad na dinampot ang cellphone. Maraming missed calls mula kay Light at ilang mensahe.

Answer the phone, Hyacinth.

Damn! You maybe crying again.

I wouldn't let you suffer that much. I'll pick you up.

I'm now at the villa.

Naalarma siya sa huling mensahe nito. Dali-dali siyang pumanaog at naabutan niyang sumisigaw ito habang pinipigilan ito ng isa sa mga tauhan ni Ardon habang nasa harapan naman nito ang huli.

"Bitiwan n'yo siya," utos niya nang makalapit.

"Hyacinth!" madamdaming tawag nito sa pangalan niya saka tinakbo nito ang kinaroroonan niya saka niyakap siya ng mahigpit. "Come with me, please." Gusto niyang umiyak pero pinigilan niya ang sarili. Pinaghiwalay sila ni Ardon at matapang nitong tinitigan si Light.

"Hindi siya aalis," madiing sambit ni Ardon pero binalewala ito ni Light dahil sa kanya lang naka-focus ang tingin nito.

"It's a big mistake that I let you go with him. I will fight for you. Please take a chance on me. I'm going to fulfill my promise so please, Hyacinth..." Hinawakan nito ang kamay niya. Hindi niya matagalan ang nagsusumamo nitong tingin kaya umiwas siya.

"I don't deserve you, Light. Just go on with your life without me, please." Masakit sa dibdib na paulit-ulit niya itong nasasaktan.

"Before caring about others start caring about yourself first, Hyacinth. Stay away from this man!" Dinuro pa nito si Ardon. Ngayon niya lang din ito narinig sumigaw.

"Teka lang ha," singit ni Ardon. Hinarap nito si Light at pumagitan ito sa kanila. "Kung mayroon man dapat na layuan dito si Haya, ikaw 'yon. Hinding-hindi ko hahayaang mapunta si Haya sa isang obsess na tulad mo."

Nagulat siya nang bigla na lang dumapo ang kamao ni Light sa mukha ni Ardon. Gaganti sana ang huli pero hinarang niya ang sarili.

"Light, umalis ka na!" pasigaw na taboy niya. Hindi na niya napigil ang pagtulo ng luha lalo nang makita ang nanlulumo nitong reaksyon. "Please..." aniya sa pagitan ng pag-iyak.

"I will never give up on you, Hyacinth. My concept of love is to stay. I'm not one of those who says they love someone then disappar in the end. I'm going to steal you from that man!" madiing sambit nito sa huling kataga bago tuluyang umalis.

Natigil siya sa pagluha. Tagos na naman sa puso niya ang mga sinabi nito. Napahawak siya sa dibdib na ang lakas ng tibok. Gusto niya sana itong habulin pero napansin niya ang babaeng tahimik lang na nakatayo, si Abby! Pinunasan niya ang luha.

"What a scene," anito. "Para akong nanood ng pelikula."

"Ano'ng ginagawa mo rito?" tanong ni Ardon.

"Pinapunta ako ng bestfriend mo."

Nagtatanong ang mga matang tumingin sa kanya si Ardon. Paiwas siyang sumagot. "Hindi ako ang kailangan mo, Ardon. Fix your relationship with her." Tinalikuran na niya ang mga ito dahil ang bigat bigat na ng nararamdaman niya.

Kagabi ay kinausap niya si Abby at sinabing

hinding-hindi niya maaagaw rito si Ardon. Isinusuko na niya ang nararamdaman para sa matalik na kaibigan.

Habang nag-iimpake ay naalala niya nang dalhin siya ni Light sa isang comedy bar.

Dalawang bakla ang nasa entablado para magpatawa at nasa may di kalayuan ang puwesto nila ni Light.

"Bakla! Ang saya saya ko," anang baklang komedyante.

"Bakit?"

"Iniwan na niya ako eh."

"Iniwan ka na masaya ka pa? Ayos ha."

"At least napatunayan kong mahal niya ako."

"Paano?"

"Nabasa ko kasi sa internet na kapag mahal ka iiwanan ka."

Kasabay ng tawanan ng dalawang komedyante ang tawanan ng mga manonood kasama na siya bilang isa siya sa mababaw na nilalang na naroon.

"Buti ka pa bakla, napatunayan mong mahal ka samantalang ako 3 years na kami pero hindi ko maramdamang mahal niya ako," todo emote pa ang komedyante habang sinasabi ang linya.

"Saklap nga."

"Isang taon na lang bakla mapapatunayan ko na rin."

"Bakit naman?"

"Isang taon na lang kasi gagradweyt na siya iiwanan na rin niya ako."

"Iyon naman pala eh."

Halakhakan na naman ang mga manonood. Marami pang joke ang tinawanan niya ng bongga kaya maluha-luha siya sa kakatawa hanggang sa dumako sa kanila ang atensyon ng isang komedyante.

"Ay si ate na nagpupunas ng luha. May pinagdadaanan ka?" Nagulat siya nang papalapit ito sa kanila.

"Luha ng kasayahan lang po."

"Kahit ako mapapaluha sa kaligayahan kapag ganito ka-yummy at ka-guwapo ang jowaers ko." Tukoy nito kay Light. "Swerte mo 'te pero iiwanan ka rin niyan. Mahal ka eh."

"My concept of love is not like that," sagot naman ni Light.

"Ay inglesiro. Lalayo na ako baka mapalaban ako't maubusan ng dugo. Nagpapaaral pa ako ng jowa. After one year balik kayo pwede na akong mamatay. Char!"

Totoo nga kayang hindi siya mamahalin ni Light para lang iwanan sa huli? Kaya siguro minahal niya si Ardon dahil kahit hindi siya nito karelasyon, never siya nitong iniwan.

CHAPTER 7

Umalis ng villa si Hyacinth na hindi nagpapaalam kay Ardon pero nag-iwan naman siya ng sulat. Kung ang karamihan, alak ang kinakapitan kapag nalulungkot, siya naman ay nagpapakalunod sa saya. Natagpuan niya ang sarili sa comedy bar na pinuntahan nila dati ni Light. Pinunasan niya ang pinaghalong luha ng kaligayahan dahil sa mga patawa at luha naman ng kalungkutan dahil sa mga banat tungkol sa mga sawi sa pag-ibig.

"Te, may pinagdadaanan?" anang bakla na lumalapit sa kanya. Ito rin ang lumapit sa kanila dati. "Ay! Wala si yummy, gwapito fafa," bulalas nito. "Sabi ko sa 'yo iiwanan ka rin no'n, mahal ka eh."

Napailing siya. "Ako ang nagtulak sa kanya palayo."

"Sa hitsura mong 'yan may gana kang magmaganda. Ikaw na!"

"Ano po bang hitsura ko?"

"Walang class," anito sabay halakhak.

"Totoo naman kaya hindi ako mapipikon."

"Ay havey! I like that attitude, ipagpatuloy."

"Kumusta na po 'yong pinapaaral n'yo?"

"Ayon pinag-masteral ko."

Natawa siya ng bongga. May mangilan-ngilang nakitawa. Malamang alam din ng mga ito ang joke tungkol sa 'pag mahal ka iiwan ka. Nang matapos ang palabas ay naisipan niyang pumasok sa isang coffee shop malapit

doon. Nanggaling din sila roon. Panay ang buntong-
hininga niya habang hinihigop ang mainit na kape.
Masukista nga siya. Bakit ba niya pinupuntahan ang mga
lugar na makakapag-paalala sa kanya kay Light? Gusto
niya itong puntahan pero hindi niya alam ang
tinutuluyan nito. Nasanay na siyang ito ang
tinatakbuhan kapag malungkot siya lalo kapag si Ardon
ang dahilan. Sinubukan niya itong tawagan pero
nakapatay ang cellphone nito.

*"One of these days, dadalhin kita sa bahay ko
para kapag bigla akong nawala o nakalimutan kita sa
sobrang busy, you know where to find me."*

Nasapo niya ang noo. Walang halaga ang alaalang
'yon dahil never naman siyang dinala ni Light sa bahay
nito maliban sa resthouse nito sa Tagaytay. Naalala
niya ang gabing pareho silang nakalimot.

*Panay ang hampas ni Light sa manibela nito dahil
sobrang trapik, sumabay pa ang napakalakas na ulan.
Napatingin ito sa relong pambisig. "I think we can't
make it on time."*

"Pa-cancel mo na." Nagpareserve kasi ito ng
romantic dinner date sa isang restaurant sa Tagaytay
para sana sa kanilang dalawa pero kanina pa sila stuck
sa traffic. Puno ng paghihinayang nitong pinakansela
ang lahat. *"Okay lang 'yan. Enjoy-in na lang natin ang
Tagaytay."*

*Nang marating nila ang resthouse nito ay hindi pa
rin tumitigil ang ulan. Kahit may payong ay nabasa pa
rin sila dahil magkasukob sila sa iisang payong.
Hinatid siya nito sa magiging silid niya na halos
kalapit lang ng silid nito. Habang naliligo ay biglang
kumulog ng napakalakas at kasabay ng pagkidlat ang
pagkamatay ng kuryente.*

"Hyacinth!" Paglabas niya ng banyo ay rinig niya
ang paulit-ulit na pagtawag nito sa pangalan niya

kasabay ng mga pagkatok. *"Are you okay?"*

"Madilim. I need light. I think I really need you here, Light." Hirap na hirap siyang mangapa sa dilim habang papunta sa may pinto buti nagawa niya. Pagbukas niya ay bumungad sa kanya ang bulto nito bitbit ang rechargeable emergency light.

"This is not going to last so I'll find some alternative."

"Sige, salamat."

Pagkalabas ni Light ay pinatong niya ang ilaw sa tokador at nagmadali siyang nagbihis ng pajama. Ramdam na ramdam niya ang malamig na klima sa Tagaytay. Pagbalik nito ay binigay nito ang mga scented candle at isang lighter.

"My original plan got ruined. Such a waste," anito.

"Tag-ulan na kasi ngayon, Light. Huwag kang mag-alala mag-e-enjoy tayo."

"We have to make this night sweeter than honey." Pakasabi n'on ay kinuha nito ang scented candles at isa-isang nilapag sa sahig na nakakorteng puso saka sinindihan ang mga iyon.

"Wow! Great idea, Light." Hinagilap niya ang cellphone saka kinunan ng litrato ang mga iyon. *"This is really sweet."*

"I'm glad you like it. Kailangan natin ng pampa-init." Umahon ito saka lumabas ng silid. Iba naman ang ligayang nararamdaman niya ng mga oras na 'yon. Kinikilig siya to the max to the highest level of the universe pero siyempre hindi niya masyadong pinapahalata. Nang bumalik ito ay tumabi ito sa pagkakasalampak niya sa sahig. Inilapag nito ang dalang

63

bote ng wine at dalawang kopita saka sinalinan ang mga iyon. *"I think it's a perfect match."* Nakangiting tingin nito sa kanya.

"You're so awesome, Light. Hindi mo na pala kailangan ang mga romantic dinner date reservations na 'yan. Kayang-kaya mo naman pala."

"Well, I guess so." Tinungga nito ang kopitang may lamang wine. *"Ayaw mo?"*

"Hindi ako umiinom."

"You act like a modern girl yet there's a classic thing about you. You always surprise me, Hyacinth that's why I'm loving you more." Hinagkan nito ang palad niya at saka siya tinitigan. *"Make love to me Hyacinth..."* Hindi siya nito binigyan ng pagkakataong sumagot dahil heto siya ngayon ninanamnam ang tamis ng halik nito. Mapanuyo at nakakatakam kaya gumanti siya ng may ganoon ding pagtugon. Dala siguro ng malamig na panahon kaya hindi niya naiwasang maging komportable sa maiinit na haplos at palitan nila ng halikan pero hindi makakaila ang malakas na pagtibok ng puso niya. *"Damn, I was aroused by a pajama woman. This is really love, Hyacinth,"* paanas na anito habang tinatanggal ang mga butones sa suot niyang pantulog.

"L-Light..." Binalak niyang pigilan ito sa ginagawa pero isang masuyong halik sa labi ang nagpatigil sa kanya. Lalo siyang nawalan ng lakas ng loob na pigilan ito nang maramdaman niya ang mabibining haplos nito sa nakalantad niyang dibdib. Dumako ang halik nito pababa ng pababa hanggang marating nito ang pakay. Hindi niya napigil ang ungol na kumawala sa lalamunan niya nang simulan nitong laruin ang bahaging 'yon ng katawan niya.

"Am I making you happy?" paanas na tanong nito.

"You're making me crazy, Light..."

"Don't steal my line, Hyacinth..."

Muli ay hinagkan siya nito sa labi saka naramdaman na lamang niyang umaangat siya sa ere. Binuhat siya nito at marahang inihiga sa kama. *"Please stop me now..."*

"Just go on..."

Nang muling maglapat ang kanilang mga labi ay naganap ang dapat maganap. Paulit-ulit hanggang mapagod sila. Kinabukasan tinanghali siya magising at paglabas niya ay may mga nagkalat na petals mula sa sahig ng pinto ng kwarto pababa ng hagdan hanggang sa kusina. Halos hindi siya makatingin ng diretso nang lapitan siya ni Light at hagkan sa pisngi.

"That was the best night of my life, Hyacinth." *Bulong pa nito sa tainga niya.*

Lalo siyang nakaramdaman ng hiya at sigurado siyang namumula ang pisngi niya ng mga oras na 'yon. Hindi siya masyadong umiimik habang kumakain.

"Hyacinth."

"Yes?"

"Look at me please..." *Napilitan siyang iangat ang tingin at tingnan ito.* *"Alam kong hindi kita maaagaw sa Ardon na 'yon dahil lang sa nangyari kagabi pero dahil sa nangyari mas lalo kong napatunayan kung gaano kita kamahal. Gamitin mo ako para kalimutan siya."*

"Basta ipangako mong hindi na ito mauulit, Light hanggang sa tuluyan akong makawala sa nararamdaman ko para kay Ardon, please." *Nakitaan niya ng lungkot ang mga mata nito pero pinilit nitong ngumiti.*

She has been so unfair to Light. Tama lang ang

desisyon niyang layuan ito para mas makahanap ito ng mas karapat-dapat sa dakila nitong pagmamahal.

Pagbalik niya sa bahay ay naabutan niya sa labas si Ardon. "Pagod ako. Bukas ka na makipag-kulitan o magsabi ng resulta ng pag-uusap n'yo ni Abby," aniya habang sinususian ang pinto.

"Totoo ba?" tanong nito.

"Ang ano?" Napilitan siyang harapin ito.

"Totoo ba ang sinabi ni Abby na mahal mo ko hindi bilang kaibigan kundi bilang lalaki?"

Naubos na ang lakas niya para sa kahit anong emosyon kaya walang emosyon niya itong tiningnan. "Oo kaya umalis ka na." Tinalikuran niya ito saka pumasok sa loob. Pagsasarhan niya sana ito ng pinto pero malakas nitong naharang.

"Kailan pa kita nasasaktan, Haya?"

"Don't worry Ardon sa sobrang tagal, sanay na ako..." muntik na siyang pumiyok. Pinilit niyang magpakatatag sa harapan nito.

"Sana sinabi mo sa 'kin para mas maaga kang nakawala!" nanggigigil na anito. "You carried that pain for how many years tapos ito ako walang kamalay-malay na nasasaktan na pala kita. Ang sakit dahil hindi mo ako pinagkatiwalaan na maiintindihan kita sa nararamdaman mo."

"Natakot ako na masira ang pagkakaibigan natin. Ikaw na lang ang nagmamalakasakit sa'kin. Hindi ko kakayanin kapag nawala ka."

"Ganoon kababaw ang tingin mo sa pagkakaibigan natin? Kung gusto kitang iwanan sana noon pa. Mas pinili kita kaysa sa mga babaeng pinagseselosan ka dahil importante sa'kin ang pinagsamahan natin, Haya."

"Alam ko..." tuluyan na siyang naiyak. "Pinilit ko namang ipaling sa iba pero ang hirap..."

"Akala ko puro saya lang ang dala ko sa buhay mo. Alam mo kung ano 'yong masakit? Iyong isiping ilang beses mo akong iniyakan habang umiiyak ako para sa iba. Pinaniwala mo akong okay ka. Kung alam ko lang sana tinigil ko na ang paglapit sa'yo sa tuwing nagkakaproblema ako sa mga naging karelasyon ko."

"Umalis ka na, Ardon." Hilam na hilam na ang luha niya. Nauupos na rin ang lakas niya. Ang kaalamang hindi man lang nito susubukang suklian ang nararamdaman niya kung nalaman nito ng mas maaga ang lahat ay talaga namang nagpapasikip sa dibdib niya.

"Haya, hayaan mo akong alisin ang sakit."

"Paano?!" sigaw niya. "Ikaw ang dahilan ng lahat ng sakit kaya paano? Si Light nga, ginawa lahat pero hindi niya nagawang tanggalin ang pait. Ginamit ko 'yong tao para pagtakpan ang sakit na nararamdaman ko. Inutusan ko siyang agawin ang puso ko na tumitibok para sa 'yo pero anong ginawa ko? Paulit-ulit ko siyang nasasaktan na para bang pinapasa ko sa kanya lahat ng sakit at wala akong ibang inisip kundi ang nararamdaman ko para sa 'yo. Ang tanga-tanga ko, Ardon..."

"Huwag mong sabihin 'yan, Haya. Hindi ka tanga. Hindi mo lang alam timbangin ang nararamdaman mo. Hindi muna kita guguluhin pero kapag kailangan mo ako, nandito lang ako lagi. Gamitin mo ang panahon na ito para timbangin ang nararamdaman mo para sa'kin at sa Light na 'yon. Sabi mo he is one of the best. I think he is."

Natigilan siya sa sinabi nito. Sinundan na lang niya ng tingin ang papaalis na bulto nito. Gusto niyang mapag-isa, ramdamin ang hapdi ng kabiguan. Iniyak niya lahat hanggang sa hindi niya kinaya. Dinampot niya ang cellphone at tinawagan si Light pero busy na naman ang linya nito. Nag-iwan na lang siya ng mensahe pagkatapos ng voicemail. "I missed you so much, Light. I want you by my side." Wala na siyang pakialam kung pati paghikbi niya rinig sa kabilang linya. Nag-dial uli siya. "Ardon, hindi ko kayang mag-isa ngayon. Samahan mo 'ko please..."

Hindi alam ni Ardon kung paano patatahanin si Haya. Nasa sala sila at kanina pa ito ngumangawa habang nakasalampak sa sahig, nakasandal sa sofa ang likod. Singa rito singa roon. Nagkalat na sa sahig ang mga tissue na pinagsingahan nito. Buti na lang hindi pa siya nakakalayo nang tumawag ito. Inamin nitong matagal na itong nahulog sa manliligaw nitong si Light pero dahil alipin pa rin ito ng nararamdaman para sa kanya, nalilito ito sa kung ano ang nararamdaman para sa binata. Natatakot din itong iwanan sa dulo dahil malakas daw ang kutob nitong awa lang ang nararamdaman ng binata para rito.

"Haya, lalaki ako. Hindi ibababa ng Light na 'yon ang pride niya kung awa lang ang nararamdaman niya para sa 'yo."

"Kung mahal niya ako hindi dapat siya umalis. Sana nandito siya sa tabi ko. Sana tinatawagan niya ako. Nag-alala dapat siya sa'kin kasi gano'n 'yong Light na nakilala ko."

"Masakit ang ginawa mo sa kanya. Hayaan mo rin siyang pag-isipan ang lahat."

"Paano kung ma-realize niya na nagsasayang lang siya ng oras sa'kin tapos maisipan mag-give-up?"

"Nandito lang ako handang masipunan mo."

"Ardon naman eh."

"Haya, kung mawala man ang Light na 'yon, marami pa ang pwedeng pumalit sa kanya pero walang makakapalit sa'kin bilang bestfriend mo na nagpapahalaga sa 'yo ng sobra. Kaya tumahan ka na."

Pinilit nitong ngumiti habang pinupunasan ang mga butil ng luha na naglandasan sa pisngi nito. Sa totoo lang, inakala niya rin noon na iba na ang pagtingin niya sa dalaga dahil mas matimbang ito kaysa sa mga naging babae niya. Hindi niya kayang putulin ang ugnayan nila pero sa pagtagal ng panahon mas naintindihan na niyang kapantay ng isang kapatid ang pagpapahalaga niya para rito. Ang buong akala niya protektado niya ito sa anumang pwedeng makasakit dito pero siya pala ang mas nagbigay ng sakit at pagdurusa rito. Hindi niya alam kung paano siya makakabawi pero sisiguraduhin niyang hindi na niya uli ito masasaktan.

Hindi na ganoon kabigat ang nararamdaman ni Haya pagbangon niya kinabukasan. Siguro dahil naipaalam na niya kay Ardon ang matagal na niyang tinatago. Matapos mag-almusal, maglinis ng bahay at maligo ay hinarap naman niya ang kanyang laptop. Pagbukas niya ng FB account ay bumulaga sa newsfeed niya ang mga larawan nina Heidi at Light. Sa sobrang selos ay napalakas ang tupi niya sa laptop. Ang problema ng kahapon ayos na pero ang kasalukuyan niyang problema nagsisimula pa lang. *Bakit sa kaibigan pa niya?*

Pumunta siya ng Heileighcinth Cafe & Resto para sana komprontahin si Heidi pero si Leigh lang ang nadatnan niya roon.

"Leigh, nalinawan na ako at sa pagkakataong 'to alam kong si Light na ang mahal ko. Kung pwede sana ikaw na ang magsabi kay Heidi na layuan na niya si Light."

"Bakit hindi ikaw ang magsabi?"

"Alam ko na mas makikinig siya sa 'yo. Isa pa, ayokong magkasira kami."

"Haya naman kasi. Ang selfish mo. Sorry sa pagiging prangka."

"Leigh, sana maintindihan mo. Ang tagal kong hinintay ang lalaking magpapalaya sa 'kin sa kahibangan ko kay Ardon. Oo nagkamali ako pero tanga kasi talaga ako pagdating sa pag-ibig. Tulungan mo ko, please."

"Haya, best buddies tayo. Kung ayaw mo na magkasira kayo ni Heidi, siyempre ako rin. Ang hirap ng pinapagawa mo. Gusto mo kampihan kita at balewalain ko ang nararamdaman ni Heidi, gets mo?"

"Sorry. Sige aayusin ko na lang 'to mag-isa."

"Wait. Susubukan ko siyang kausapin pero hindi ako nangangako ng magandang resulta."

"Salamat."

Abala siya sa harap ng computer nang mag-ring ang cellphone niya. Si Heidi ang caller. "Hello."

"Wala kang kasing selfish! You don't even deserve Light. Matapos mong ibasura para sa Ardon mo heto ka't pakikiusapan akong iwasan siya? Wow!"

"Don't compare him to trash. He's a treasure that

70

I lost."

"Naiwala mo kasi hindi mo pinahalagahan. Ngayong pinapahalagahan na ng iba saka ka eeksena."

"Hindi totoo 'yan. Alam kong kahit papaano naparamdam ko na mahalaga siya sa 'kin. Alam kong nagkamali ako pero nagsisisi na ako. I'm begging you Heidi. Ayokong mag-away tayo, please."

"I won't cooperate to you, Haya."

"Fine." Nawala na rin lahat ng pagtitimpi niya. "He is only mine. Tandaan mo 'yan. Kung kailangan ko siyang agawin pabalik, gagawin ko."

"Then, do your best. Good luck." Binababaan na siya nito.

Gusto niyang maiyak. Mas matindi pa ata 'to sa bigat na naramdaman niya habang in love pa siya kay Ardon.

CHAPTER 8

Habang nasa mini-bar area ng inuukopahang condominnium unit ay panay ang salin at tungga ng alak si Light. Malamlam ang mga matang nakatingin sa kawalan habang naglalaro sa isipan ang pinakamamahal na si Hyacinth. Mula nang tanggihan siya nito sa villa ng bestfriend nito ay hindi pa sila nagkikita. Kinailangan niyang pansamantalang putulin ang komunikasyon dito dahil baka hindi niya matapos ang kasalukuyan niyang proyekto. Sa katunayan, muntik nang hindi iyon matuloy dahil nasira niya ang schedule. Ginagawa niya ang proyekto nang sumugod siya sa villa ng bestfriend nito. Maaga niyang tinapos ang trabaho noon dahil nag-aalala siya para rito pero tinanggihan lang siya nito. Hindi na bago ang sakit sa tuwing pinapamukha sa kanya ng dalaga na mas matimbang pa rin ang bestfriend nito pero mas masakit ang araw na iyon.

Hinayaan niya ito sapagkat umasa siyang matutuklasan nitong kaibigan lang ang pagmamahal na nararamdaman nito sa tinuturing na bestfriend. Umasa siyang kasabay niyon ay matutuklasan din nitong siya na ang nagmamay-ari ng puso nito pero mukhang kulang pa ang mga nagawa niya para maagaw ng tuluyan ang puso nito kaya naman pinipilit niyang tapusin ang kasalukuyang proyekto para mas mapagtuunan niya ito ng pansin. Dinadaan na lang niya sa pagtatrabaho at pag-inom ng alak ang pangungulilang nararamdaman niya para sa dalaga.

Ang kahuli-hulihang mensaheng natanggap niya mula rito ay pamamaalam. Hindi niya nagustuhan ang mensahe kaya agad niya itong tinawagan pero nakapatay na ang cellphone nito. Ilang beses niya itong sinubukang tawagan pero palaging walang linya hanggang sa nagkaroon siya ng pagkakataon para mapuntahan ito sa tinutuluyang bahay pero inumaga na siya sa labas ng gate, walang Hyacinth na nagpakita. Naabutan siya roon ng bestfriend nito. Tulad ng mga una nilang engkuwentro, mababangis ang titigan nila sa isa't isa. Umasa siyang sa pamamagitan nito ay matatagpuan niya ang dalaga pero clueless din ito. Saka niya nalamang alam na nito ang lihim na pag-ibig ng dalaga para rito.

Nakuyom niya ang kanang kamao. Sising-sisi siya sa naging desisyon na putulin pansamantala ang komunikasyon kay Hyacinth para lang matapos ang kasalukuyang proyekto. Ngayon, hindi niya alam kung paano hahagilapin ang dalaga. Kahit sa social media, inactive ito. Mamamatay siya sa pag-aalala. Halos ayaw niyang magkaroon ng idle moment dahil mababaliw lang siya kakaisip sa kalagayan ng dalaga. Oras na matapos ang proyektong ginagawa niya ilalaan niya ang buong oras sa paghahanap dito kahit libutin niya pa ang buong Pilipinas o buong mundo.

Just wait for me, Hyacinth.

Sinadya ni Haya na lumayo pansamantala. Wala siyang pinagsabihan kung nasaan siya. Sa pagkakataong ito, wala siyang ibang pwedeng sandalan kundi ang sarili. Iniwasan niyang masangkot pa si Ardon sa problemang kinakaharap niya lalo pa't nabalitaan niyang naayos na nito ang gusot kay Abby. Magmula nang malaman niya iyon ay napagpasyahan niyang lilimitahan na ang pakikipaglapit dito at para mas matanggap niya ng buo ang kabiguan. Sana noon pa siya nagtapat dito, mas maaga sana siyang nakawala at hindi sana siya nakapanakit ng damdamin ng taong gusto siyang mahalin. Napabuntong-hininga siya habang nakatanaw sa madilim na paligid. Tanging mga huni ng kulisap ang naririnig at buwan ang nagsisilbing liwanag. Hindi sana doble ang sakit na nararamdaman niya ngayon.

Bago siya nagpasyang lumayo, positibo at ganado

pa siyang ipaglaban si Light pero nang makita niya sa
Heileighcinth Cafe & Resto na inabutan nito ng kumpon
ng bulaklak si Heidi at masayang nagtawanan ang dalawa
bigla siyang pinanghinaan ng tuhod. May kung anong
kirot siyang naramdaman hanggang sa pinaniwala niya ang
sariling mas makakabuti nga siguro kung ang dalawa ang
magkatuluyan. Muli ay naduwag siyang ipaglaban ang
nararamdaman.

"Ineng, mahamugan ka riyan sa labas. Pasok na."

Pinunasan niya ang mumunting butil ng luha sa
ilalim ng mga mata saka sinunod ang utos ni Tiyang
Berna, nakatatandang kapatid ito ng kanyang ama. Ito
lang ang nakilala niyang kamag-anak. Madalas itong
dumalaw sa kanila noong nabubuhay pa ang kanyang ina
pero kalaunan ay nahinto kaya nawalan sila ng
komunikasyon. Limang taon na rin siyang pabalik-balik
sa lugar mga dalawang beses sa isang taon pero
kadalasan hindi umaabot ng isang linggo dahil hindi
siya sanay mabuhay sa lugar na malayo sa kabihasnan at
walang internet! Nasa bulubundukin kasing lugar ang
kinatitirikan ng bahay ng tiyahin. Kung may internet
man, sa bayan pa iyon na napakalayo at hindi pa ganoon
ka-reliable ang signal. Namahinga rin tuloy siya sa mga
raket niya na kailangan ng internet connection.

Habang naroon siya ay tumutulong siya sa negosyo
ng tiyahin na isang catering service. Hindi siya ang
tagaluto pero tumutulong siya sa preparasyon. Sa
katunayan, bukas ay magki-cater sila sa isang kasalan
sa bayan kaya kailangan niyang matulog ng maaga.

Habang isa-isang nilalabas ang mga putahe sa main
venue ng kasalan ay nagsalita ang kanyang tiyahin. "Sa
hinaba-haba ng panahon, sila rin pala sa dulo."

"Kilala ninyo po ang ikakasal?" usisa niya habang inilalapag sa mahabang mesa ang bitbit na stainless chafer.

"Mga kaibigan ko noong high school ang ikakasal," anito na may ngiti sa labi habang inihehelera nito ang mga stainless chafer sa isang mahabang mesa habang siya ay gulat na gulat dahil ibig sabihin matatanda na pala ang mga ikakasal. "Masuwerte nga sila, nabigyan pa ng pagkakataon na madugtungan ang pagmamahalan nila. Paano kung pareho sila ng mga magulang mo na maagang binawian ng buhay eh di wala ang araw na ito?"

Bigla siyang napaisip sa tinuran ng tiyahin. Biglang pumasok sa isip niya si Light at ang kasalukuyan niyang sitwasyon. Mayamaya'y dumating na ang mga bagong kasal. Ang lahat ng atensyon ay nakatutok sa mga ito. Maging siya ay hindi mapagkit ang tingin sa dalawang matanda na masayang naglalakad palapit sa venue. Magkahawak ang mga kamay at nagniningning ang mga mata sa labis na kasiyahan. Muntik na siyang maiyak kasi bigla niyang naalala ang mga katagang binitiwan ni Light.

"I don't mind growing old waiting and hurting because that's how much I love you."

Pinunasan niya ang mumunting butil ng luhang pumatak sa kanyang mga mata at saka pinagpatuloy ang ginagawa. Nang malapit na matapos ang event ay nagpaalam siya sa tiyahin. Pumunta siya sa isang malapit na internet cafe. Pagbukas na pagbukas niya ng social media ay mga mensahe agad ni Light ang binasa niya. Ang dami-dami pero isa lang ang laman ng mga mensahe nito, pangungulila at pag-aalala dahil hindi siya nito makontak. *Ang tanga tanga mo talaga, Haya.* Kausap niya sa sarili.

Paglabas niya ng cafe ay may pinagkakaguluhan ang mga tao sa may 'di kalayuan. "Ano pong mayroon?" usisa niya.

"May shooting," sagot ng bystander.

Nang marinig ang salitang shooting at marinig sa mga naroon ang title ng teleserye ay agad siyang nakihalo sa karamihan. Umaasa siyang makikita roon si Light. Nang makasilip ay tila wala pang eksenang kinukunan kaya naglakas loob siyang lumapit at hinila ang isang camera man. Nagsumamo siyang kuhanan siya nito. Madamdamin siyang humarap sa camera dahil umaasa siyang mapapanood siya ni Light.

"Light, ako na lang ulit pwede? Ako na lang ulit..." mangiyak-ngiyak at nagusumamong aniya. Mula sa di kalayuan ay rinig niyang may nagwawalang tinig ng isang bakla. Papalapit ito habang tumatalak.

"Miss, tapos na ang pagpili ng mga extra. Kung gusto mong mag-audition sa ibang araw na. Nakakasagabal ka eh. Magsisimula na dapat oh. Isa pa, pumili-pili ka naman ng magandang linya. Popoy at Basha lang ang peg? Gasgas na gasgas na 'yan! No more chance!" Halos mapunit ang litid nito sa kakasigaw.

"N-Nasaan po 'yong direktor?" bantulot na tanong niya. Gusto niyang maiyak pero pinigil niya.

Humalakhak muna ito nang napakalakas. Yung tipong nakakatuya. "Nasa harapan mo na, hinahanap mo pa! Kalokang araw. Security, palayasin yan!" Akmang tatalikod na ito nang tawagin niya ang atensyon nito.

"Sandali, direk." Mataray naman itong tumingin. "Akala ko kasi si Direk Orayt ang nandito." Tuluyan na siyang napaiyak. "Sorry..." Nagsimula siyang maglakad palayo habang hindi mapigilan ang pagtulo ng luha niya. Nagtatawanan at nagbubulungan ang mga tao sa paligid pero walang siyang pakialam. Binigay niya ang lahat ng emosyon na pwede niyang ibigay kanina kaya sana makarating 'yon kay Light sa tulong ng social media.

"Miss, P.A. ako ni Direk O. Bakit mo pala siya

hinahanap? Audition ba 'yong kanina? In fairness, nadala ako."

Lalo niyang gustong umiyak. "Hindi 'yon acting. Tingin mo ba papasa akong artista sa hitsura kong 'to?"

Tinitigan siya ng babae mula ulo pababa saka nakangiti siya nitong hinarap.

"Why not. Marami namang ordinaryong mukha sa showbiz." Nakita niyang nagtawanan ang mga usyosero't usyosera sa paligid.

"Sa ordinaryong mukhang ito lang naman nahuhumaling ang pa-fall mong Direk O!" Pakasabi niyon ay patakbo niyang nilisan ang lugar at kahit tinatawag siya ng P.A. ay tuluy-tuloy pa rin ang pag-usad niya palayo.

Pagdating niya sa reception ng kasal ay nagliligpit na ang mga tauhan ng kanyang tiyahin. Alalang-alala ito habang sinasalubong siya ng sermon. Inihingi naman niya ng tawad ang hindi pagpapaalam. Pagdating nila sa bahay ay namukhaan niya ang nakaparadang sasakyan mula sa bungad. Sinalubong sila ng asawa ng kanyang tiyahin.

"Parang ang susunod na catering mo sa kasal na ng pamangkin mo. Kanina pa may naghihintay na lalaki sa loob." Pambungad ng tiyuhin. Simpleng ngiti lang ang naging tugon niya at saka pinagpatuloy ang paglalakad. Medyo gumaan ang loob niya nang masilayan si Ardon. Gusto man niyang ngumawa sa harap nito pero pigil niya ang sarili dahil ayaw niyang mag-iwan ng alalahanin sa pamilya ng tiyahin. Ipinakilala niya ito bilang bestfriend.

"Akala ko pa naman siya ang dahilan kaya biglaan ang desisyon mong mamalagi rito."

"Bestfriend, diyan din kami nagsimula ng tita mo

eh."

"Naku, ibang kaso po ang sa 'min ni Haya." Umakbay pa si Ardon sa kanya. "Pareho na po kaming taken." Nasiko niya tuloy ito bigla.

"Wala namang nababanggit na boyfriend 'yang si Haya. Akala ko nga tatandang dalaga na. Sayang naman ang lahi naming magaganda."

"Muntik na nga talaga, tita. Mabuti na lang may lalaking nagtiyagang kunin ang puso niyan. Sana sa paglagi dito nakapag-isip siya ng tama. Kung anong tinalino, siya namang kinamangmang sa pag-ibig."

"Ardon!" saway niya sabay kurot ng pino sa tagiliran nito. Pinanlakihan pa niya ng mata para tumigil na ito sa pambubuska na ikinahalakhak naman ng lahat.

Ipinaalam niya na balak na niyang bumalik sa siyudad kaya naroon si Ardon para sunduin siya. Habang nasa internet cafe ay nakipag-chat siya rito at nasabing gusto niyang magpasundo para magpapahatid sa resthouse ni Light.

"Okay lang ba sa'yo gagabihin tayo?" tanong niya habang nasa biyahe.

"Haya, madalas ikaw ang tinatakbuhan ko kapag may problema ako sa pag-ibig. Ngayong ikaw ang nangangailangan, anong karapatan kong umangal? Maraming taon kitang nasaktan nang hindi sinasadya dahil insensitive ako kaya mas nangingibabaw sa 'kin na matulungan kang mahanap ang magpapaligaya sa 'yo because that's what you deserve, Haya."

"Paano si Abby baka mag-away na naman kayo 'pag nalaman niyang magkasama tayo ngayon."

"Tanggap na ni Abby na parte ka ng buhay ko. Isa

78

pa, hindi na siya threatened dahil may Light ka na sa tabi mo. In fact, sigurado siyang in love ka sa Light na 'yon kaya nga napilitan siyang sabihin sa'kin ang nararamdaman mo." Nangunot-noo lang siya. "Naniniwala si Abby na naguguluhan ka sa feelings mo dahil nakakulong ka sa nararamdaman mo para sa 'kin at ang tanging magpapalaya lang sa'yo ay maisiwalat ang tunay mong nararamdaman sa 'kin." Bigla siyang namangha. Napaisip tuloy siya kung manghuhula ba ang nobya nito dahil nang komprontahin siya nito siguradong sigurado rin itong may pagtingin siya kay Ardon. "Kinompronta kita hindi lang dahil sa gusto kong malaman kung totoo ang mga pinagsasabi ni Abby kundi dahil mas nangingibabaw sa 'kin na tulungan kang makawala."

"Pero nasaktan pa rin ako dahil mas gusto mong makawala ako kaysa saluhin ang puso ko," pag-amin niya. "Kung buburahin si Light sa buhay ko ngayon, malamang hindi ko alam kung anong gagawin ko."

"God works in mysterious ways, Haya. Sinadya niya talaga na nariyan si Light sa panahong kailangan kong malaman ang totoo kaya 'wag mong isipin kung ano ang wala, isipin mo kung ano ang nandiyan."

Huminga siya ng malalim dahil gumaan ang pakiramdam niya sa mga tinuran ng bestfriend. Bihira lang itong sumeryoso sa usapan pero matindi ang impact. Isa sa mga katangian kung bakit nahulog ang loob niya rito.

Nang marating nila ang Tagaytay ay pasado alas-dos na ng madaling araw. Nang makita siya ng caretaker ay tila kilala siya nito at hindi nag-atubili na papasukin sila. Hindi na nag-aksayang pumasok ni Ardon dahil may trabaho pa ito bukas.

"Ilang linggo nang hindi nagagawi rito si sir. Kapag may proyektong tinatapos bihira talaga 'yon pumarito. Ang alam ko, noong isang araw pa siya nasa ibang bansa."

"Kailan po kaya siya darating?"

"Wala pang pasabi pero dumito ka muna. Naibilin ka naman niya sa'kin," anito sabay ngiti.

"Naibilin?" takang tanong niya.

"Minsan kasi naglasing sabi balang araw may darating daw na babae rito at hahanapin daw siya sa'kin dahil na-realize raw ng babae kung gaaano siya nito kamahal." Pinamulahan siya bigla sa narinig lalo pa't ngiting-ngiti ang ginang. "Ikaw rin siguro 'yong babaeng dinala niya na pinaalis pa ako para hindi ako maka-istorbo," natatawang kwento nito na lalo niyang kinapula.

"H-Hindi ko po alam," naiilang na sabi niya. "Baka kasi may ibang babae pa siyang dinadala rito."

"Iisang babae pa lang nadadala niya rito at mukhang ikaw nga 'yon."

Nangiti lang siya. Dinala siya nito sa guest room at bago natulog ay sinubukan niyang tawagan si Light pero hindi siya nagtagumpay. Isang bagay na pareho sila ay totaly detach from the world kapag busy.

CHAPTER 9

"**S**iguraduhin mo na hindi 'yan kakalat," ani Light sa kausap sa kabilang linya. Matapos makipag-usap ay binuksan niya ang video gallery ng cellphone at muling pinanood ang nagmamakaawang video ni Haya na nagsasabing ito na lang uli. Hindi mapagkit ang ngiti sa labi niya dahil nakaramdam siya ng kilig.

Kinausap niya lahat ng pwedeng kausapin 'wag lang makarating sa media ang eksenang ginawa nito sa taping ng teleseryeng isa siya sa mga direktor. Bukod sa pagiging pribado ng buhay niya mas nananaig sa kanya na protektahan ito sa mata ng buong madla. Mabuti na lang listo ang P.A. niya. Lahat ng mga nagtangkang kuhanan ang eksena ay napakiusapan nito kapalit ang pera at pananakot. Sinigurado rin nitong burado na ang lahat ng kopya sa cellphone ng mga ito. Napaki-usapan naman niya ang camera man dahil naging mabuti silang magkaibigan. Ilang proyekto na rin kasi ang pinagsamahan nila.

Nasa abroad siya ngayon kaya malabo siyang makontak ni Haya unless alam nito ang roaming number niya. Baka nga kahit malaman nito hindi pa rin ito magtatangkang tumawag sa mahal ng rate. Isa ito sa mga kuripot na taong nakilala niya. At kahit gustong-gusto na niya itong tawagan pinipigilan niya ang sarili dahil parte ito ng plano niya. Gusto niya na kapag bumalik siya sa Pinas siguradong-sigurado na ito sa nararamdaman. Sakto, kababalita lang ng yaya niya na nasa resthouse ito sa Tagaytay. Umaasa siyang sa pananatili nito roon ay marami itong ma-realize.

Pinagmasdan niya ang paboritong larawan sa gallery ng kanyang cellphone. Kuha iyon sa isa sa mga ilog sa Venice, Italy. Ang pinakamamahal niyang si Haya ang nasa larawan habang sakay ng isang bangka. Dinuduyan ng hangin ang maalon-alon nitong buhok at napakaganda ng maluwang na ngiti nitong labas pa ang ngipin. Iyon ang araw na nasigurado niyang ito talaga ang itinakdang babae para sa kanya.

Nag-so-shoot sila noon ng isang pelikula na kinunan sa tinukoy na ilog. Nahagip ng camera ang isa sa mga akala niya'y extra sa nasabing pelikula. Papunta sa direksiyon niya ang bangkang sinasakyan ni Haya kasabay ng bangkang sinasakyan ng kinukunan na artista. Nagalit pa siya noon dahil ang usapan pasalubong ang extrang bangka hindi parehong direksiyon pero nang tumama ang lente ng camera sa mukha ng babaeng sakay ay para siyang namagneto sa kinatatayuan. Hindi siya makapaniwalang makikita roon ang babaeng kamakailan lang ay nakilala niya sa isang island escapade. That was the second time na nagkita sila ni Haya and everything was a history.

Hindi kasama sa trabaho pero ang larawang 'yon ay pinakunan niya sa camera man noong araw na 'yon. Sa katunayan may video pa itong kasama. Indie film ang nasabing pelikula at ang pelikulang 'yon ang dahilan kaya nandito siya sa abroad dahil nominado ito sa isang prestehiyosong parangal.

Namamanghang nakatingin sa sariling larawan na nakasabit sa dingding si Haya. Ang larawan ay kuha noong nasa Venice, Italy siya. Napalinga-linga siya sa paligid. Ang kinaroroonan niya ay extension room ng silid ni Light. Dito nakalagay ang mga awards na natanggap nito at ilang kagamitang ginagamit sa pagdi-direk. Naupo siya sa namataang director's chair. Nakaukit pa ang Direk Orayt sa sandigan ng upuan. Nangiti siya at kinuha ang namataang director's cut board na malapit sa puwesto niya. Lalong lumuwang ang ngiti niya nang itaas-baba niya ang hati niyon.

Kapagdaka'y muli niyang tinapunan ng tingin ang larawang nakasabit sa dingding at inalala ang nakaraan.

"Shooting? What shooting?" naguguluhang tanong ni Haya *nang biglang ibalik ng mamang bangkero ang bangka samantalang halos hindi pa sila nakakalayo mula sa pinagmulan.* "Turn it back please. I need pictures for my blog. I'm not here just to enjoy but it's a task that needs to be done."

"Sorry. Later we will continue once the film shooting done."

Napabuntong-hininga na lang siya. Wala siyang magagawa kundi maghintay ng turn niya dahil may mas mga importanteng tao kaysa sa kanya. Bigla siyang nairita. Nahiling niya tuloy na huwag sana kumita ang movie na 'yon. Binalak niyang tumawid ng tulay pero pati 'yon pinagbawalan siya kaya inis na inis talaga siya. Dalawang araw lang siya doon tapos sira ang itirenary niya. Once in a lifetime opportunity lang 'yon dahil karamihan ng travel blog niya sa Pinas lang nagaganap. Masuwerte lang na napili siyang i-feature ang best tourist spot sa Italy at ang Venice river ang isa mga 'yon. Gusto niyang ma-experience ng bongga dahil isa 'yong romantic place for lovers. Akala pa naman niya naka-jackpot na siya nang makitang may couple silang nakasabayan. Iyon pala mga bida ng isang romantic movie. Pinasadahan niya ang kuha ng camera. Nangiti siya dahil nakunan niya ang sweet moments ng mga bida. Nang i-zoom niya ay nanlaki ang mata niya nang mapag-sino ang mga artista. Mga sikat na pinoy artist! Nang magtanong-tanong siya nakumpirma niyang Pinoy film nga ang nagaganap na shooting.

Ang inis kanina ay napalitan ng tuwa. Nagniningning ang mga mata niya habang iniisip na magiging trending ang blog niya dahil sa pangyayaring ito. Sinubukan niyang puntahan ang spot kung saan naroon ang mga staff and crew pero hindi siya pinagbigyan. Mas mainam kasi kung maipapaalam niya na gagamitin niya ang mga larawang nakunan sa gagawin niyang blog pero dahil hindi siya nagkaroon ng pagkakataon, ipinagkibit balikat na lang niya. Minabuti na lang niyang puntahan ang ilan pang lugar na nasa itinerary niya.

Pagod na pagod pero nagniningning ang mga matang bumalik siya sa hotel na tinutuluyan. Ginabi na siya sa paglibot pero sulit lahat ng pagod niya.

"Ma da quanto tempo, Hyacinth" anang tinig ng lalaki mula sa likuran niya kaya napalingon siya. Gulat na napaurong siya mula sa kinatatayuan at tinangka niyang talikuran ito pero hinawakan nito ang braso niya. "Have dinner with me, please..." masuyong pakiusap nito kaya napilitan siyang harapin uli ito. Halos hindi siya makatingin ng diretso. May kasalanan kasi siya sa binata.

"Ma da quanto tempo," naiilang na sabi niya. "Ano na nga uli pangalan mo?" aniya sa pagitan ng pag-ngiwi.

"Light Villafuerte, the one who saved you from drowning and lied on."

"Yeah, Light. Now I remember so well." Hindi maitago sa ngiting aso niya ang guilt.

"Let's talk while having dinner."

Ganoon nga ang nangyari. Napilitan siyang saluhan ito dahil na rin sa tindi ng guilt na naramdaman niya sa hindi pagbigay rito ng tunay niyang numero nang hingin nito iyon sa isla three months ago.

"Sorry sa nagawa ko. Masyado lang akong nag-iingat. Stranger ka kaya hindi mo maaalis na hindi ako agad magtiwala sa'yo." Sa totoo lang gusto na sana niyang sabihin ang totoo matapos siya nitong patulugin noon sa tent pero mas pinili na lang niyang panindigan ang unang desisyon.

84

"*I understand.*" Hindi niya alam kung matutuwa siya o maiinis dahil masyado itong maunawain. "*Give me your real number,*" anito habang pinapasa nito sa kanya ang sarili nitong cellphone na agad naman niyang kinuha at nilagay sa contact list ang totoo niyang numero. Nang mapasakamay nito ang cellphone ay biglang nag-ring ang cellphone niya. "*Just double checking. I learned lesson very well,*" anito matapos nitong tapusin ang tawag.

"*Ano nga pala ang ginagawa mo rito?*" usisa niya.

"*I'm doing my job and you?*"

"*Pareho tayo. Rumaraket ako.*"

"*Raket in Italy, awesome!*"

"*Mas awesome na nagtagpo tayo rito. Akalain mo 'yon.*"

"*I think that is what you call destiny.*"

Napahalakhak siya ng bahagya. "*Don't tell me, gusto mo pa rin akong pormahan sa kabila ng ginawa kong pagsisinungaling.*"

"*Yes and I'm more eager now to continue what I started.*"

Bakas sa himig ng boses nito na seryoso ito sa mga binitiwang salita kaya naman napatitig siya rito. Tila may humahaplos sa puso niya habang ninanamnam niya ang mga sinabi nito pati ang napaka-guwapo nitong mukha. "*Sige, pinapayagan na kitang pumasok sa buhay ko for real.*" Nakita niyang nagliwanag ang mukha nito sa narinig at unti-unting sumilay ang ngiti sa labi nito.

"*Grazie,*" pasasalamat nito sa wikang italian.

"*Prego,*" ganti niya kaya nagtawanan sila.

85

Marami silang napag-usapan kasama roon na nakita siya nito habang dinidirek ang kasalukuyan nitong proyekto. Nakahingi tuloy siya ng permiso na i-post ang mga larawang nakunan niya. Pumayag naman ito dahil indie film naman daw ang ginagawa niya. Isa pa, makakatulong daw ang blog niya kung sakali. Binigyan pa siya nito ng mga tip kung anong lugar ang magandang kunan at kung saang anggulo maganda. Gustuhin man nitong samahan siya hindi pwede dahil sa proyektong kailangan nitong tapusin. Matapos siya nitong ihatid sa tapat ng pinto ng inuukopahang silid ay agad din itong nagpaalam.

"See you in the Philippines," anito.

"Light, alam mong inlove ako sa iba."

"As long as that guy never loves you back, I don't mind growing old waiting and hurting because that's how much I love you." Siya ang taong hindi mapaniwalain sa mga mabubulaklak na salita pero gusto niyang maniwala sa mga narinig. "Let me be the second man in your life. No third nor fourth. I will let you love that man as it is. He's number one in your heart right now but I wanted to replace that rank. All you have to do is let me love you."

Napaluha siya sa naalala. Ang tanga niya para paghintayin ng ganoon katagal si Light. Noon pa lang ramdam na niyang sinsero at seryoso ito sa kanya pero hinayaan niyang lamunin siya ng pagmamahal na hindi masuklian. Habang pinagbibigyan niya ang kanyang sarili, nasasaktan niya ito nang paulit-ulit. Pinunasan niya ang mga luha saka hinanap ang tagapamahala ng bahay.

"Please, gusto kong makausap si Light."

"Bukas makalawa pa ang balik niya."

"Nasabi n'yo po ba na nandito ako?"

Tumango lang ang matanda. "Ang sabi kung gusto mo siyang hintayin puwede kang dumito muna hangga't makabalik siya."

"Please, pakisabi kung may time siya, mag-video call kami."

"Kapag mahal ka, kahit gaano kaabala ginagawan ng paraan." Nangunot-noo tuloy siya sa sinabi ng matanda lalo na nang may inaabot itong cellphone. "Hindi mo na kailangan magmakaawa. Gusto ka niyang makausap."

Kasabay ng pagliwanag ng mukha niya ang pagkuha sa cellhpone. Maluha-luha siya sa tuwa habang tinitingnan ang nakangiting mukha ni Light sa screen. "Light..." parang sabik na batang sambit niya sa pangalan nito. "Bakit hindi sa account ko?"

Bahagya itong humalakhak. "Learn to charge your phone, first." Natigilan siya sabay napakagat sa labi. Mula nang magdesisyon siyang lumayo pansamantala sinubukan niya talagang tanggalin lahat ng means of communication niya. Sa katunayan, nang magpasundo siya kay Ardon, noon niya lang nabuksan ang sariling cellphone. Sa pagmamadaling mapuntahan agad si Light, hindi na niya naisipang i-charge ang battery. Kagabi, ilang beses niyang sinubukang kontakin ito sa numero at social media account nito kaya naubos ang natitirang bar. Sa labis na kalungkutan hindi na niya inabala pang i-charge 'yon hanggang sa nakatulog siya sa pagod. "I heard you want to talk to me but you're like a mute."

"Hindi ko kasi alam kung tama ba na ipaalam ko sa'yo ang nararamdaman ko sa video call."

"Latest expression of feelings is now in form of media so let's try. Besides, I already saw your ako na lang ulit dramatic scene," nang-aasar ang mga tingin at ngiti nito kaya naman hindi niya napigilang mapikon.

"Light naman eh."

"Come on. I'm waiting."

Nagsimulang mag-init ng pisngi niya lalo pa nang makita ang nakakalokong ngiti nito. Matapos kumuha ng sapat na lakas ng loob ay sinimulan niyang magtapat. "Light Villafuerte, sorry kung late ko na na-realize ang feelings ko para sa'yo. Gusto ko sana 'tong sabihin ng personal kasi gusto kitang yakapin habang sinasabi ko sa'yo na mahal kita. Mahal na kita, Light..." mangiyak-ngiyak na pagsisiwalat niya ng tunay na nararamdaman.

"Convince me more," seryosong anito. "Stop this insecurity I'd been hiding just to have you. Convince me that I have stolen not just you but also the first rank spot in your heart."

"Hindi kita masisisi kung pinahihirapan mo ako ngayon dahil sa mga nagaw---"

"I only want an assurance, Hyacinth, that your feelings for Ardon will not interfer with our future relationships."

Saglit siyang natigilan pero mas desidido siyang kumbinsehin ito kaya lalong sumeryoso ang mukha niya. "Noong halikan ako ni Ardon, akala ko mararamdaman ko 'yong naramdaman ko noong hinalikan mo ako. Iyong pakiramdam na handang-handa akong ibigay ng buo 'yong sarili ko na walang alinlangan. Iyong kaba sa dibdib na hindi maipaliwanag. Iyong pakiramdam na para kang ginamitan ng salamangka dahil parang puno ng mahika ang paligid. Light, I made love with you that night at hindi ko 'yon kayang ibigay kay Ardon kahit hiningi niya. Ang pagkakamali ko lang ay hindi ko agad tinanggap dahil naniwala akong si Ardon ang mahal ko. Isa pa, ayoko ring masaktan ka. Hindi ko alam kung ano 'yong naramdaman ko noon baka mahal lang kita noon kasi magical ang lahat. Ayokong magkamali dahil gusto ko 'pag pinili kita sure na sure ako na ikaw na talaga 'yong number one." Hindi napigilan ni Haya ang maluha sa dulo.

"Stop crying. Your tears is my weakness, Hyacinth. I'm fully convinced. Now I'm pissed cause I couldn't hug you. I wanted to kiss you so bad right now. I hate myself for forcing you to do this on video call instead of personal but I'm so glad that I was able to hear those words from you. I'd been waiting for this moment to come. It's not the way I expected it but more than enough to make my heart so fluttered. I love you even more, Hyacinth."

"I love you so much, Light..."

Kahit mukhang tanga. They kissed on the screen. Nagtawanan sila pagkatapos. Bakas ang ningning sa kanilang mga mata. Ang mga ngiting walang kasing-tamis na nagpapatunay na umaapaw ang kaligayahan nila sa natagpuang pag-ibig sa isa't isa.

CHAPTER 10

Pinananabikan ni Haya ang pagdating ni Light. Inaasahan niya ito bukas. Sa katunayan, bumabiyahe na ito. Hanggang ngayon parang dinuduyan pa rin siya sa alapaap dahil official na ang relasyon nila. Sa kasalukuyan ay kasama niya sina Heidi at Leigh.

"Iba ang aliwalas ng mukha natin ha," pansin ng huli sa kanya.

"Darating na kasi ang meralco ng buhay niya," singit naman ng una.

"Meralco?" Bumunghalit siya ng tawa sa pasimpleng banat ni Heidi.

"Tama nga naman. Light, liwanag. Sa meralco may liwanag ang buhay." Sabay sabay silang tumawa sa tinurang 'yon ni Leigh.

"Akala ko nga maaagaw ko na eh ang tindi ng tama sa 'yo."

"I'm glad na hindi pero tindi ng selos ko 'pag magkasama kayo sa mga photos."

"Naku, halatang-halata! Kaya nga no'ng mapansin ko kinausap ko agad si Light na pagselosin ka namin. Sa una ayaw pumayag pero kumagat din para raw ma-realize mo lalo na hindi na si Ardon ang laman ng puso mo. Effective 'di ba?"

"Paniwalang-paniwala talaga ako lalo no'ng tumawag ka sa 'kin at sabihing hindi mo siya kayang layuan. Grabe, ang taray taray mo pa no'n buti na lang hindi totoo. Ayoko namang magkasira tayo dahil lang sa lalaki."

"Mag-artista   kaya   ako?"   anito   sabay halakhak.

"Sakto may backer ka na sa showbiz," anaman ni Leigh.

"Hindi na ako makapaghintay na makita siya." Nangingiti at tila nangangarap na aniya. Mayamaya ay tumunog ang cellphone niya na agad namang dinampot. "Ardon?"

"Haya, sumama ka sa 'kin sa airport."

"Bakit?" Kinabahan siya bigla.

"May bumagsak na eroplano at may posibilidad na sakay ang pinakamamahal mong si Light."

Tumigil ang inog ng mundo niya. "Please pick me up, Ardon." Mangiyak-ngiyak niyang kinuha ang remote at binuksan ang TV sa cafe. Tumambad sa kanya ang napakasamang balita. Nang dumating si Ardon ay agad siyang sumakay pero mas mukha pa itong balisa sa kanya.

"May problema ba?" tanong niya.

"Nag-aalala ako para kay Abby." Saka niya lang napagtanto na flight attendant ang kasintahan nito. "Hindi ako sure kung kasama siya sa flight na 'yon, Haya pero kailangan kong matiyak na nasa mabuti siyang kalagayan."

"I understand, Ardon. Let's pray na walang masamang nangyari sa mga mahal natin sa buhay."

Nang marating nila ang NAIA ay maraming kaanak na ang nakaumpok para alamin ang kalagayan ng kanilang mga kaanak na kasama sa bumagsak na eroplano. Pareho nilang hindi makontak ang cellphone ng dalawa kaya matindi ang kabang nararamdaman niya.

"Ardon, ano'ng ginagawa mo rito?"

Kapwa sila napalingon nang marinig ang nagsalita. "Abby!" Halos sabay na sabi nila pero si Ardon sinalubong agad ng yakap ang dalaga.

"Kinabahan ako sa balita kaya napasugod ako rito," paliwanag ni Ardon nang alisin ang pagkakayakap.

"With Haya?" pasarkastiko nitong tanong.

"Nagkataon lang na nag-aalala rin ako para sa taong mahal ko," singit ni Haya.

"Sure ba na kasama siya sa flight?" paninigurado ni Abby. Umiling lang siya. "Susubukan kong kumalap ng impormasyon."

"Salamat, Abby."

"Maaasahan ka talaga, sweety." Awtomatikong pumulupot sa beywang ni Abby ang kamay ni Ardon pagkasabi ng mga katagang 'yon.

"Sweety, umuwi na kayo ni Haya at makibalita na lang kayo sa TV o internet. Susubukan kong alamin kung kasama si Light sa mga pasahero ng bumagsak na eroplano."

"Mabuti pa nga," sang-ayon ni Ardon.

Hindi naghiwalay ang dalawa na hindi nagpakita ng sweetness sa isa't isa. Nag-smack pa ang mga ito. Dinudurog ang puso niya dahil naaalala niya ang huling pag-uusap nila ni Light. Hindi niya kinaya ang bigat na nararamdaman kaya mangiyak-ngiyak siyang lumisan baon ang matinding pag-aalala sa kalagayan ng minamahal na si Light.

"Sweety, sundan mo na si Haya baka kung ano pa ang mangyari."

"Sige." Sinubukang tawagin ni Ardon ang papalayong dalaga pero hindi siya nito pansin. Hinabol niya ito pero dahil humalo ito sa karamihan ay nawala ito sa paningin niya.

Madilim na nang marating ni Haya ang sariling bahay. Malungkot siyang bumaba ng taxi. Sobrang tamlay niya nang bigla na lang mamataan ang bulto ni Light sa labas ng gate. Nakasuot ng puting polo at itim na slacks. Napapikit siya kasi baka namamalikmata lang siya pero pagdilat niya ay naroon pa rin ang bulto. Hindi gumagalaw sa kinatatayuan nito. Napaluha siya dahil iniisip niyang nagmumulto ito. Kahit nakaramdam ng takot ay naglakad siya palapit sa bahay at nang malapit na sa gate ay halos hindi siya tumitingin at umiiwas talaga siya sa bulto.

"Hyacinth," tawag nito.

Na-freeze tuloy siya sa kinatatayuan. Kinausap niya ito na hindi pa rin ito tinatapunan ng tingin. "Light, kung namamaalam ka para matahimik ang kaluluwa mo. Sige na pumunta ka na sa dapat mong puntahan," naiiyak na sabi niya sa pagitan ng panginginig dahil sa takot.

"I'm alive."

Alive! Bigla siyang pumihit paharap dito at kinapa-kapa ang katawan nito at hinuli ang pisngi. Napayakap siya rito na todo ang iyak. "Akala ko buong buhay kong pagsisisihan na pinatagal ko pa ang pagtanggap sa tunay na nararamdaman ko para sa'yo. I'm so glad na nayayakap kita ngayon, Light. Huwag mo na akong iwan."

"I took an early flight. My longing for you saved my life."

"Bakit 'di mo sinabi?" Kumalas na siya sa pagkakayakap dito.

"I was about to surprise you."

"You did surprise me. Tara sa loob." Magkahawak kamay silang pumasok sa loob. "For sure napagod ka sa flight. Nagugutom ka ba?"

"Yes but I wanted to eat you, Hyacinth." Susunggaban sana siya nito ng halik pero umiwas siya.

"Ang bantot ko pa, Light."

"Can I spend the night with you here?"

"Oo naman."

"In your bed?"

"S-Sure," bantulot na sabi niya. Kinakabahan at kinikilig siya at the same time. Si Light pa lang ang kauna-unahang lalaking makakapasok sa kwarto niya. Kahit si Ardon na bestfriend niya ay hindi niya pinapayagan. "Welcome!" masiglang aniya nang binuksan niya ang pinto ng kwarto pero agad din nawala ang sigla niya nang makitang sobrang kalat. Sinara niya tuloy uli. "Sa baba ka kaya muna para malinis ko pa 'yong mga kalat. Saglit lang 'to, promise."

"But I couldn't wait any longer," anitong binuksan ang pinto, hinila siya papasok at muling sinara tapos ay sinandal siya roon. "Let's mess it up more..." Hindi na siya nakatutol nang sakupin ng mapanuyong halik nito ang labi niya. "God, I missed this lips so much..." Sasagot sana siya pero agad din siya nitong hinalikan. This time, mas marubrob at mapanghanap. Napakapit siya sa balikat nito at nakipagsabayan. Ramdam na ramdam niya ang pananabik ng bawat isa. "Let's make love again, Hyacinth..." Nagsimula itong magtanggal ng suot na damit samantalang

94

siya halos 'di gumagalaw sa kinalalagyan. Napapikit siya nang sinunod nito ang pantalon. Gusto niyang lumabas at tumakbo palayo pero para siyang tinulos sa kinatatayuan. Naramdaman na lang niya ang paglapit nito. "Let me undress you," halos pabulong na anito. Binuhat siya nito, nilapag sa kama at agad na dumagan sa kanya. Puno ng pagmamahal ang mga titigan nila hanggang sa muling naglapat ang kanilang mga labi. Nang ililis nito pataas ang damit na suot niya ay tumulong pa siya. Naglakbay ang mga halik nito pababa ng pababa na lalo niyang kinabaliw. Sunod sunod ang ungol at daing ang pinawalan niya. "You have the best moan, Hyacinth..."

"I love you, Light." Gusto niyang ipaalam dito na kaya pumapayag siya dahil sa nararamdaman niya.

"I know that since our first lovemaking."

"Pero si Ardon ang mahal ko noon."

"You just haven't realize it, then, but I was so sure. The night you gave yourself to me, you have said it many times without realizing it, Hyacinth."

"Bakit mo pa ako hinayaang maniwalang si Ardon pa rin ang mahal ko kung sure na sure ka na pala?"

"I had to let you realize it on your own. I'm really glad that you made it."

"Oh Light, I love you." Mangiyak-ngiyak niya itong nayakap.

"I love you more."

Nang magsanib ang mga katawan nila'y halinhingan at mga ungol na lamang nila ang maririnig sa apat na sulok ng silid at bago nila marating ang rurok ay paramihan pa sila ng katagang 'I love you'.

WAKAS

Made in the USA
Monee, IL
18 August 2025

23636761R00069